கிரேஸி கிரியேஷன்ஸின்

அய்யா...! அம்மா...! அம்மம்மா...!

கிரேஸி
மோகன்

அறிவே விளக்கு
அல்லயன்ஸ்

அல்லயன்ஸ்

[125 - வது ஆண்டைக் கொண்டாடும் முதல் தமிழ்ப் புத்தக நிறுவனம்]

அய்யா...! அம்மா...! அம்மம்மா...!

Ayya...! Amma...! Amammaa...!

———

முதற் பதிப்பு : 2025

அட்டை ஓவியம்: கேஷவ்

ISBN	:	978-93-6358-962-9
Total No. of Pages	:	128 Pages
Laser Typeset	:	Rani Graphics, Chennai - 04
Printing	:	Repro Books Ltd., India

THE ALLIANCE COMPANY

Publishers & Booksellers

Old No. 244, New No. 64, Ramakrishna Mutt Road, Mylapore, Chennai - 600 004.
Tel.: 044 - 2464 1314 | Mob.: 928 928 1314
www. alliancebook.com ♦ email: books@alliancebook.com

சமர்ப்பணம்

எங்களின் மூத்த அண்ணா

'முத்தண்ணா ராமபத்திரன்'

அவர்களுக்கு

ஸ்டேஜ் கிரியேஷன்ஸ் குழுவின் மூத்த கலைஞர். முத்தண்ணா ராமபத்திரனை தெரியாதவர்கள் இருக்க முடியாது. 'அய்யா அம்மா அம்மம்மா...' நாடகத்தில் இவர் புடலங்காயைப் பிடித்துக் கொண்டுவரும் காட்சியை யாராவது மறக்க முடியுமா? அதேபோல் 'டௌரி கல்யாண வைபோகமே' நாடகத்தில் மனைவிக்குப் பயந்த 'ராஜகளவை' கதாபாத்திரத்தில் ஜொலிப்பார். ரொம்பவும் சின்சியர் கலைஞர். நிறைய படிப்பார். காலனுக்கு இவருடைய துணை தேவைப்பட்டதோ என்னவோ.. சீக்கிரமே இவரை அழைத்துக் கொண்டுவிட்டான்...

'Crazy' Thoughts

ஒரு கலைஞன் இல்லாதபோதும் பெருமை தொடரலாம். ஆனால் அப்பெருமை அக்கலைஞன் இருந்தபோது உருவாக்கியது.

அவர் இப்போது இல்லை என்பது என் மனதிற்குள் பதிவாகவில்லை. 'கிரேசிக்கு ஒரு போன் போடலாமே' என்று ஒரு வினாடி சிந்தனை தோன்றி மறைவதும் உண்டு.

என் மனதிலும், என் தொடர்பு எண் பட்டியலிலும் அழியாத, அழிக்க முடியாத சில பெயர்கள் இருக்கின்றன. K B சார், நாகேஷ் சார், அனந்து சார், சந்திரஹாசன்... இப்போ மோகன். இது நட்பையும் தாண்டியது. அவரை மோகனஹாசன் என்றே சொல்லலாம்.

Crazy மோகன் is a simple man. 'இது நான் சொன்னது, இது நான் எழுதினது, இது என்னோடது' என்று அவருக்கு எந்த எண்ணமும் கிடையாது. தான் சிந்தித்தவற்றை, பக்கத்தில்

இருப்பவர்களுக்குக் கொடுப்பதில் அவருக்கு ஒருபோதும் எந்தத் தயக்கமும் இருந்ததே இல்லை. பேனாவைத் திறந்தால் எழுத்து வரும்.

வரும் என்கிற நம்பிக்கை இருப்பவர்களுக்கு மட்டும்தான் அந்தத் துணிச்சல் வரும். அவரிடம் நகைச்சுவை மட்டும்தான் இருந்ததே தவிர, போட்டி, பொறாமை, வீண் வம்பு என்று எதையும் நான் பார்த்தது இல்லை.

அவருடைய craziness ஒரு ஒட்டுவாரொட்டி. எனக்கும் அந்த வியாதி உண்டு. அதை நான் சந்தோஷமாகப் பயன்படுத்திக்கொண்டு இருக்கிறேன்.

மோகன் மாதிரி tangential-ஆக humour யோசிக்கிற ஆள் ‘யாம் அறிந்த இந்தியாவிலே எங்கும் காணோம்.’ இதை பாரதி சொன்ன அதே திமிருடனேயே நானும் சொல்கிறேன்.

நாகேஷ், மௌலி, நான், மோகன் எல்லாம் ஒரு lineage. I definitely think a connecting wire runs between us. என் கதையில், அவர் கதை கொஞ்சம் கலக்காமல் இருக்காது. மோகன் கதையில் மௌலி சார் கதை கலக்காமல் இருக்காது.

இந்தியாவின் பெரிய காமெடி writer Mohan. ஆனால் உள்ளுக்குள் சீரியஸான ஆள். அவரது சீரியஸ் முகத்தை அவர் வெளியே கொண்டுவரவே இல்லை என்கிற என் வருத்தத்துக்கு பதில்தான் அவரோட ‘ரமணாயணம்’.

பொதுவாக சுடுகாடு என்பது முடிவைக் குறிக்கும். ஆனால் St. Mary's இடுகாட்டில் ஆரம்பித்த எங்கள் நட்பு, இன்றும் என்றும் Mohan அவர்களின் நகைச்சுவையைப் போல காலத்தால் அழியாதிருக்கும்.

கமல்ஹாசன்
22.08.2024

வாழ்த்துரை

திரு. கிரேஸி மோகன் அவர்களின் எழுத்தாற்றல் தனி பிரசித்தி உடையது. அவரை சுமார் 33 வருடத்திற்கு முன்பாக எனது நண்பர் திரு இராமநாதன் (பழம்பெரும் கர்நாடக சங்கீத வித்வான் திரு. ராம்நாத் அவர்களின் மகன்) அவர்களால் அறிமுகப்படுத்தப் பட்டேன். திரு. மோகன் அவர்களின் எழுத்தாற்றல், வசனம் என்றும் ஒரு unbelievable humour with profound message. மேலும் அவரது பாணியில் வம்புகளுக்குக் கண்டிப்பாக இடமில்லை. இது யார் மனதையும் புண்படுத்தாத humour. சிறிய குழந்தைகள் முதல் வயதானவர்கள் வரை ஈர்க்கும் இவரது பாணி. திரு. கிரேஸி மோகன் had a very great value system with which he lived, has made him a distinct human being.

Very happy to note that his able brother Mr. Madhu Balaji along with Crazy Creations team are carrying the legacy of Mr. Mohan with young fresh talents, thus keeping his humour and dialogues alive for next generation. This book containing Mohan's work is a great tribute for his contribution.

ரவி அப்பாசாமி

இந்த நாடகம்

"முப்பத்தஞ்சு வயசு வரைக்கும் ஆனந்தமா பேச்சுலர் வாழ்க்கை வாழ்ந்தவனுக்கு கால்கட்டு போட்டு மேரேஜ் லைப்போட கெடுபிடிகளைத் தாங்க முடியாம அவன் மறுபடியும் பேச்சுலர் வாழ்க்கைக்கு ஏங்கினா எப்படி இருக்கும்?"

இந்த ஒரு வரிக் கதையை கிரேஸி மோகன் சொல்லும்போதே சிரிப்பு வந்தது.

அந்தக் காலகட்டத்துல சஞ்ஜீவ் குமார் நடிச்சு ரொம்பவே வெற்றிகரமா ஓடின ஹிந்தி படம் 'பதி பத்னி அவுர் வோ'. அதே பாணில மோகன் இந்த ஸ்க்ரிப்டுக்கு 'பதி பத்னி அவுர் மா' அப்படின்னு நாமகரணம் சூட்டினார்.

டைட்டிலைப் பார்த்து இது என்ன ஹிந்தி நாடகமான்னு சிலபேருக்கு சந்தேகம் வந்தது என்னமோ உண்மைதான். ஆனா Stage Creations, காத்தாடி ராமமூர்த்தின்னு பேரைப் பார்த்தவங்க.. நிச்சயமா காத்தாடி ஹிந்தி பேச மாட்டான், அதனால இது தமிழ் நாடகம்தான்னு நம்பி வந்தாங்க.

நாடகம் மேடைல வெற்றிகரமா ஓடிண்டிருந்தபோது சென்னை தொலைக்காட்சில இந்த நாடகத்தை ஒளிபரப்பக் கேட்டாங்க. அப்பலாம் சென்னை தொலைக்காட்சில ஒவ்வொரு செவ்வாய்க்கிழமையும் அரை மணிநேரம் நாடகம் ஒளிபரப்புவாங்க.

இது முழு நீள மேடை நாடகங்கறதுனால முக்காமணி நேரம் மூணு வாரமா ஒளிப்பரப்பறதுன்னு முடிவு செஞ்சாங்க.

தொலைக்காட்சிக்காக இந்த நாடகத்துக்கு ‘அய்யா அம்மா அம்மம்மா’ அப்படின்னு புது நாமகரணம் சூட்டினோம்.

கருப்பு வெள்ளைல மூணு வாரமா சென்னை தொலைக்காட்சில ‘அய்யா அம்மா அம்மம்மா’ ஒளிபரப்பாகி ரொம்பவே பாப்புலராயிருந்தது. அதுலேர்ந்து மேடைல நடிக்கும்போதும் நாடகத்துக்கு இதே பேரை உபயோகப்படுத்த ஆரம்பிச்சோம்.

இந்த நாடகத்தோட ஸ்பெஷாலிட்டி... நடக்கற சம்பவங்கள் எல்லாமே ஒவ்வொரு வீட்டுலயும் நடக்கற சம்பவங்கள்தான். அதனாலதான் ரசிகர்கள் ரொம்பவே விரும்பி இன்னிவரை ஆதரவு கொடுத்துண்டு வராங்க.

சாதாரண மாமியார் மருமகள் சண்டைதான்.. அதை இவ்வளவு சுவாரஸ்யமா ஹ்யூமரஸா சொல்ல முடியுமா? முடியும்னு நிரூபிச்சவர் கிரேஸி மோகன்.

‘‘ஏண்டா சிகரெட் பிடிக்கறே? சிகரெட் பிடிச்சா கேன்ஸர் வரும்’’

‘‘சிகரெட் பிடிச்சா கேன்சர் வருமாம்... எனக்குத் தெரிஞ்சு புகைதான் வரும்’’

முதல் காட்சில ஆரம்பிச்ச இந்த சிரிப்பு சரவெடி க்ளைமாக்ஸ் வரை விடாம வெடிச்சிண்டே இருக்கும்.

சொல்லப்போனா இந்தியாவுலேர்ந்து அமெரிக்காவரை பல வீடுகள்ள எம்.எஸ்.ஸோட சுப்ரபாதத்துக்குப் போட்டியா ‘‘அய்யா அம்மா அம்மம்மா’’ நாடகத்தோட வசனங்கள் இன்னிக்கும் ஒலிச்சிண்டிருக்கு. வயசானவங்கள்ளேர்ந்து இளைஞர்கள்வரை எல்லாரும் ரசிக்கறாங்க.

இப்ப இந்த நாடகத்தை மேடைல நடிக்கும்போது எங்களுக்கு என்ன பிரச்சனைன்னா.. நாங்க ஒரு டைலாக் மிஸ் பண்ணினாலும் ஆடியன்ஸ் அந்த டைலாக்கை எங்களுக்கு பிராம்ட் பண்ணறா.. அந்த அளவுக்கு ஒவ்வொரு வசனமும் அவங்க மனசுல பதிஞ்சிருக்கு.

புடலங்காய் மேட்டர் ரொம்பவே பிரபலம். அதே போல திருநெல்வேலி மேனேஜர் சொல்ற ‘‘வெத்தல போடுவே’’ டைலாக் அதைவிட பிரபலம்.

இது கிரேஸி மோகனோட எழுத்துக்குக் கிடைச்ச வெற்றி.

இந்த நாடகம் எழுநூத்தி அம்பது காட்சிகளைத் தாண்டி இன்னமும் டிமாண்டுல இருக்கு.

என்னைக் கேட்டா இதுதான் கிரேஸி மோகனோட ''மாஸ்டர் பீஸ்'' நாடகம்னு சொல்லுவேன்.

இந்த நாடகம் அல்லயன்ஸ் பதிப்பகம் மூலமா கிரேஸி மோகனோட பிறந்த நாள் அன்னிக்கு புத்தகமா வெளிவரதுல எனக்கு ரொம்பவே சந்தோஷம்.

வாழ்த்துக்கள்.

காத்தாடி ராமமூர்த்தி

Thank You...

I thank our sponsors - **Appaswamy Real Estates, iSolve, The India Cements Limited, Leap Sports and Chennai Super Kings** - for having sponsored our stage plays for the past 35 years.

- Maadhu Balaji

I also appreciate the help of Shri. S. L. Nanu, Smt. Uthra Srinivasan and Smt. Shiela Srinivasan in bringing out this book.

அல்லயன்ஸ்ஸுடன் அல்லயன்ஸ்...

125 வருஷங்களாக இருக்கும் அல்லயன்ஸ் கம்பெனியுடன் எங்களுக்கு ரொம்ப வருஷங்களாகத் தொடர்பு உண்டு. எங்க அப்பா மைலாப்பூர் பிராஞ்ச் இந்தியன் பாங்க்ல அக்கௌண்ட்டண்ட்டா இருந்த காலத்துலேந்தே தொடர்பு உண்டு. அங்கிருந்து நிறைய புஸ்தகங்களை வாங்கி படிச்சிருக்கார்... விரும்பி கேட்டு வாங்கிப் படிப்பார். ஸ்ரீநிவாஸனுடைய அப்பாகிட்டயும், ஸ்ரீநிவாஸன்கிட்டயும் கேட்டு வாங்கிப்பார். ஏன்னா, எங்க அப்பாவுக்கு படிக்கற ஆர்வம் ரொம்ப உண்டு. எங்க அப்பா மாதிரியே மோகனுக்கும் படிக்கற ஆர்வம் இருந்து, அவனும் அல்லயன்ஸ் கம்பெனிலேந்து நிறைய வாங்கி படிப்பான்.

மோகன் எழுத ஆரம்பித்து, ஒரு கட்டத்துல, மைலாப்பூர்ல ஸ்ரீநிவாஸனை சந்திக்கறச்சே எல்லாம், ‘சீனு...! நான் உங்க ஆபீஸுக்கு வரேன்... வரேன்...! எங்க டிராமாவ எல்லாம் புஸ்தகமாப் போடணும்’ என்று சொல்லிக் கொண்டே இருப்பான். ஸ்ரீநிவாஸன் சாரும் ‘வாங்க சார்... வாங்க சார்...’ன்னு சொல்லிக் கொண்டே இருப்பார். சோ சாரும் மோகன் கிட்ட, ‘உன் புஸ்தகங்களை யெல்லாம் அல்லயன்ஸ் மூலமா கொண்டு வா. பாதுகாப்பா இருக்கும். நாளைக்கு வருங்கால சந்ததியினருக்கு மிகவும் usefulஆ இருக்கும்’ என்று ஒரு தடவை சொன்னார்.

இந்த முயற்சி ரொம்ப நாளா நடந்துண்டே இருந்தது. எல்லாத்துக்கும் மேல மோகன் தன்னுடைய ‘டைரி’யில எழுதி வெச்சிருந்தான். அதை நான் மோகன் இறந்து போனதுக்கப்புறம்தான் பார்த்தேன். ‘என்னுடைய எழுத்துக்கள் அனைத்தும், நாடகங்கள் மட்டுமல்ல, அனைத்து எழுத்துக்களும் அல்லயன்ஸ் கம்பெனி மூலம்தான் வெளிவரவேண்டும்’ என்று எழுதியிருந்தான். ஆனால், முன்னாடி நாங்கள் ஓரிரு புத்தகங்களை வேறு சில பதிப்பகங்களுக்குக் கொடுத்திருந்தோம். அதையெல்லாம் கூட, அவர்களிடம் அனுமதி பெற்று, அல்லயன்ஸ் கிட்ட கொடுத்திருக்கேன். என்ன காரணம்னா, என்னுடைய future generation பேரன்... கொள்ளு பேரன்.... இவங்களெல்லாம் மைலாப்பூர்லதான் naturalஆ வாழப் போறாங்க. இல்லை... வேற எங்கயாவது இருந்தாக்கூட, இந்தப் பக்கம் வந்தால், அவங்களுக்கு தாத்தாவோட contributions வேணும்னா அவர்கள்

அல்லயன்ஸுக்குப் போய் வாங்கிக் கொள்ளலாம். ஒரே இடத்துல எல்லாம் இருந்துதுன்னா சௌகரியமா இருக்கும். அதனாலதான் நான் உடனடியாக ஸ்ரீநிவாஸனிடம் தொடர்பு கொண்டு, வேலையைத் துவக்கினோம்.

ஸ்ரீநிவாஸனுடைய மகன் பிரஷாந்த்தான் என்னுடன் co-ordinate பண்ணினார். Excellent person. அதாவது கண்டிப்பா அல்லயன்ஸ் ஒரு 70...80... வருஷங்களுக்கு Solidஆ இருக்கப் போறதுங்கறதுக்கு உதாரணம் பிரஷாந்த். ஒவ்வொரு விஷயத்தையும் கேட்டுக் கேட்டு, அவ்வளவு நன்றாக வேலை செய்கிறான். இது எனக்கு மிகவும் சந்தோஷம். ஏன்னா.. வேலை ரொம்ப speedஆக நடக்கிறது. மோகனுடைய எழுத்துக்கள் அனைத்தும் புஸ்தக வடிவில், அல்லயன்ஸ் மூலம் வெளிவரும்.

சோ அவர்கள் சொன்ன 'ஜோக்' ஒண்ணுதான் ஞாபகத்துக்கு வருது. 'ஜெனரல்லா அல்லயன்ஸ்னாக்கா ஒரு எலக்ஷன் வரைக்கும் கூட தாங்காது. நூறு ஆண்டுகள் தாங்கின அல்லயன்ஸ் இந்தியாவிலேயே இது ஒண்ணுதான் இருக்கும்.' சோ சொன்னதையேதான் நானும் சொல்றேன். எங்கள் கிரேஸி மோகன், கிரேஸி கிரியேஷன்ஸ் கூட வந்த அல்லயன்ஸ் காலம் முழுவதும் நீடிக்கும் என்று உறுதியாக சொல்கிறேன்.

மாது பாலாஜி

ரசிகனின் பார்வை

''இந்தியா, சிங்கப்பூர், மலேசியா என்று எங்கும் விற்பது கோபால் பல்பொடி'' என்ற விளம்பரம் உங்களுக்கு நினைவிருக்கலாம். அதே மாதிரி இந்தியா, சிங்கப்பூர், மலேசியா மட்டுமல்லாமல் அமெரிக்கா, இங்கிலாந்த் உட்பட உலகெங்கும் தினமும் ஒலித்துக் கொண்டிருப்பது கிரேஸி மோகனின் 'அய்யா அம்மா அம்மம்மா' நாடக வசனங்கள். இந்த நாடகத்தில் கிரேஸி மோகனின் வசனங்களும் காத்தாடி ராமமூர்த்தி அவர்களின் டைமிங்கும் தமிழ் நாடக உலகில் ஒரு மைல்கல் என்றே சொல்லலாம்.

''சிகரெட்டை இப்படித்தான் பிடிக்கணும். திருப்பி வெச்சுப் பிடிச்சா சுட்டுரும்'' என்று சாதாரணமாக ஆரம்பித்து ஒவ்வொரு ஜோக்கும் ரசிகர்கள் மனதில் கான்க்ரீட் தளம் போட்டு பதிந்து விட்டன.

இந்த நாடகத்தில் நான் முதலில் கதாநாயகி ஜானகியின் அப்பா ரோலில் நடித்துக் கொண்டிருந்தேன். எங்கள் குழுவின் மூத்த கலைஞர் காலம் சென்ற திரு. முத்தண்ணா ராமபத்திரன்தான் கதாநாயகன் ரகுபதியின் அப்பாவாக நடித்துக்கொண்டிருந்தார். திடீரென்று ராமபத்திரனுக்கு உடல்நலம் பாதிக்கப்பட்டு ஹாஸ்பிடலில் சிகிச்சை பலனளிக்காமல் உயிரிழந்தார். அன்று மாலை 'அய்யா அம்மா அம்மம்மா' நாடகம். அதுவரை வேறு வேறு கதாபாத்திரங்களில் நடித்துக் கொண்டிருந்த நான் முதல் முறையாக ரகுபதியின் அப்பா கதாபாத்திரத்துக்குள் நுழைந்தேன். இது நடந்தது

1991ல். அன்றிலிருந்து இன்றுவரை அந்த கதாபாத்திரத்தில் நான் நடித்து வருகிறேன் என்பதை பெருமையாகக் கூறிக்கொள்கிறேன்.

கிரேஸி மோகனின் வசனங்களை பேசுவது சுகம். காரணம் அவருடைய நகைச்சுவை திணிக்கப்படாமல் வழுக்கிக்கொண்டு போகும். நடிப்புக்கு அதிகம் மெனக்கெடாமல் நாம் அவர் எழுதிய வசனத்தை உச்சரித்தாலே போதும்... ரசிகர்களின் சிரிப்பலை தானாக விண்ணைப் பிளக்கும்.

இந்த நாடகத்தில் ஒவ்வொரு கதாபாத்திரமும் நேர்த்தியாக செதுக்கப்பட்டிருப்பதை நீங்கள் நாடகத்தைப் படிக்கும்போது உணரலாம். சமையல்கார ஐயங்காராகட்டும், ஆபீஸ் மேனேஜர் ஜகன்னாதனாகட்டும், பின்னால் வரும் சமையல்கார நாராயண னாகட்டும், டாக்டராகட்டும்.. திருநெல்வேலி வட்டார வழக்கில் பேசும் ஆபீஸ் மேனேஜரை மறக்க முடியுமா? எல்லோருமே நம் மனதில் நிற்பார்கள். அதற்குக் காரணம் அந்தந்த கதாபாத்திரத்துக்கு ஏற்ப கிரேஸி மோகன் எழுதின வசனங்கள்.

உண்மையைச் சொல்லவேண்டுமென்றால் இந்த நாடகம் கிரேஸி மோகனின் மாஸ்டர் பீஸ்!

எஸ்.எல். நாணு

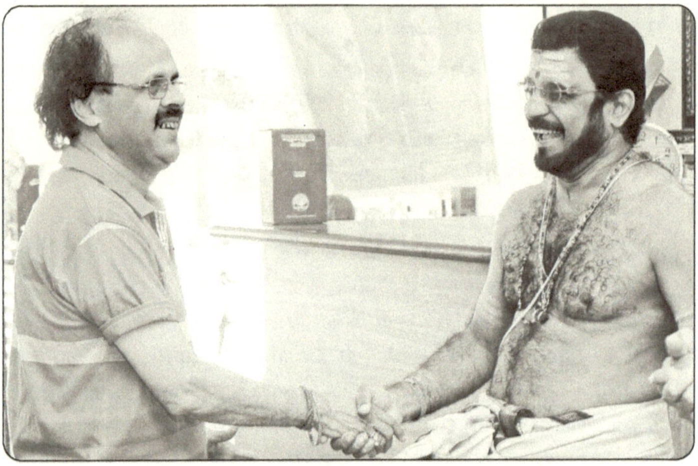

பாலாஜி கிட்ட பேசிட்டேன்

'சீனு! நான் கமலோட டிஸ்கஷன் டிஸ்கஷன்னு ரொம்ப பிஸியா இருக்கேன். ஆனால் பாலாஜி கிட்ட பேசிட்டேன். அவனை 'ஸ்க்ரிப்ட்' எல்லாம் எடுத்துண்டு வந்து உன்கிட்ட கொடுத்திட சொல்லியிருக்கேன்.' நான் எப்போதெல்லாம் மோகனைப் பார்க்கிறேனோ, அப்போதெல்லாம் அவரிடமிருந்து வரக் கூடிய பதில். மயிலாப்பூர் மாட வீதியில் உள்ள வெற்றிலை கடையாகட்டும், விழாவாகட்டும், நாங்கள் இருவரும் இருந்த விழா மேடையாகட்டும், திருமண நிகழ்ச்சியாகட்டும் எங்கு பார்த்தாலும் இதே பதில்தான்.

எனக்கும் மோகனுக்கும் 1992 முதலிலேயே தொடர்பு ஏற்பட்டது. அப்போது நாங்கள் 'சோ' அவர்களின் நாடகங்கள், கதைகள் எல்லாவற்றையும் புத்தகங்களாக வெளியிட ஆரம்பித்தோம். தமிழ் நாடக உலகில் பிரபலமாக இருந்த ஒய்.ஜி. மகேந்திரன், மௌலி, விசு, மெரீனா, எஸ்.வி.சேகர், கிரேஸி மோகன் போன்றவர்களின் நாடகங்களை எல்லாம் புத்தக வடிவில் கொண்டு வர எண்ணி, ஒவ்வொருவராக அவர்களது வீட்டிலேயே சென்று சந்தித்தேன். இவர்களில் சோ, மெரீனா ஆகியோரது நாடகங்களை வெளியிட்டோம். ஆனால், மற்றவர்கள் எல்லாம் அப்போதுதான் நாடகத்தில் வெற்றி பெற்று சினிமாவில் காலடி வைத்து மிகவும் பிஸியாக இருந்தார்கள். அந்த நேரத்தில்தான் எஸ்.வி. சேகரின் நாடகங்கள் எல்லாவற்றையும் ஒரே சமயத்தில், அன்றைய முதல்வர் ஜெயலலிதா வெளியிட்டார்.

சினிமாவில் நுழைந்த நாடக வெற்றியாளர்கள், அப்போது சென்னை தொலைக்காட்சியிலும் மிகவும் பிஸியாக இருந்தார்கள். இந்தச் சமயங்களிலும் மோகனை சந்திக்கும் போதெல்லாம், 'சீனு! பாலாஜி கிட்ட சொல்லிட்டேன்' என்ற பதில்தான். எவ்வளவு பிஸியாக இருந்தாலும் மோகன் நின்று பேசி விட்டுப் போவதோடு, எங்கள் வீட்டு மங்கல நிகழ்ச்சி, எங்கள் நிறுவன புதிய கட்டிட திறப்பு விழா, எங்கள் அலுவலகத்திற்கு ஸ்ரீ காஞ்சி பெரியவர் விஜயம் போன்ற நிகழ்ச்சிகளுக்குத் தவறாமல் வந்து விடுவார்.

ஒரு சமயம் சென்னை புத்தகக் காட்சியில் நான் செயலாளராக இருந்த போது, மோகனை சிறப்புப் பேச்சாளராக அழைத்திருந்தேன். அன்று நல்ல மழை. எல்லோரும் இந்த நிகழ்ச்சி ரத்து ஆகி விடும் என்று எண்ணினர். ஆனால், மோகனுடைய பேச்சைக் கேட்க வந்திருந்த கூட்டத்தைப் பார்த்ததும், குடையை பிடித்துக் கொண்டு, மோகன் மேடையேறி, 'மழை பெரியதாக இருக்கிறது. மழையை விட நீங்கள் அதிகமாக இருக்கிறீர்கள். நீங்கள் பேசச் சொன்னால் நான் பேசுகிறேன்' என்று 'மைக்'ல் பேசியவுடன், கூட்டத்தினரும் குடையுடன் பேச்சை ஆர்வமுடன் கேட்கத் தொடங்கினர். இயற்கை மழையுடன், நகைச்சுவை மழையையும் சேர்த்து அறுசுவை அவியல் போல் மக்கள் ரசித்தனர். மறக்க முடியாத நிகழ்ச்சி இது. மோகனுக்கும் மிகவும் மகிழ்ச்சி.

அங்கேயும் புறப்படும் போது, 'சீனு! பாலாஜிகிட்ட சொல்லிட்டேன்' என்ற பதில்தான். நாட்கள், மாதங்கள், வருடங்கள் ஓடின. மோகனும் சிரித்து, சிரிக்க வைத்து இயற்கை எய்தி விட்டார். பிறகு பாலாஜியை, கபாலி கோயிலில் சந்திப்பேன். நீண்ட நேரம் பேசுவோம், பேசுவோம், பேசிக் கொண்டேயிருப்போம். இப்படியே ஒரு சில வருடங்கள் ஓடின. எல்லாவற்றிற்கும் நேரம் வர வேண்டுமே! இப்போதுதான் வந்தது. அதுவும் சாதாரணமாக இல்லை. பாலாஜி தங்களது நாடக ஸ்க்ரிப்டையெல்லாம் தேடும் போது, மோகன் எழுதிய டைரியை படித்து, உடனே எனக்கு போன் செய்து, 'சீனு! மோகன் தன் டைரியிலேயே, 'என்னுடைய புத்தகங்கள் எல்லாம் அல்லயன்ஸ் கம்பெனியில் தான் வர வேண்டும்' என்று எழுதியிருக்கான் என்று தழுதழுத்துக் கூறினார். டைரி மூலமாக தனது நிலையை தெரிவித்த மோகனுக்கும், அதை என்னிடம் அன்புடன் தெரிவித்த பாலாஜிக்கும் எனது மனமார்ந்த நன்றி. கிரேஸி மோகன் பாலாஜியிடம் பேசி விட்டார்; பாலாஜியும் ஸ்க்ரிப்டையெல்லாம் தந்து விட்டார்; புத்தகங்களும் வந்து விட்டன. வாசகர்கள் எல்லாவற்றையும் வாங்கி ஆதரவு தெரிவிப்பார்கள் என நிச்சயம் நம்புகிறேன்.

அல்லயன்ஸ் ஸ்ரீநிவாஸன்

125வது ஆண்டில்...

தமிழில் நல்ல நூல்களை வெளியிட்டு வரும் அல்லயன்ஸ் ஸ்தாபகர் ஸ்ரீ வி. குப்புஸ்வாமி ஐயரை நான் பாராட்டுகின்றேன்.

- மகாத்மா காந்தி

நீதிகளைக் கற்பிக்கும் சிறுகதைகளையும், புதிய நாடகங்களையும், பல மொழிபெயர்ப்புக்களையும், இன்னும் பல விஷயங்களையும் எளிய அழகிய நடையில் வெளியிட்டுவரும் அல்லயன்ஸாரை நான் பாராட்டுகின்றேன்.

- மகாமகோபாத்தியாய டாக்டர் உ. வே. சுவாமிநாத ஐயர்

தமிழில் பல அழகிய புத்தகங்களை வெளியிட்டுவரும் அல்லயன்ஸாருக்கு நன்றி செலுத்தி அவர்களைத் தமிழ் மக்கள் ஆதரிக்க வேண்டுகின்றேன்.

- சி. ராஜகோபாலாச்சாரி

உலக சிரேஷ்டர்களின் சரிதையை எழுதுவதும் படிப்பதும் நமக்கு நல்லதையே செய்யும். அறிவை ஊட்டுவதற்கு இதுபோன்ற நூல்கள் பேருதவியாக இருக்கும். அல்லயன்ஸ் கம்பெனியாரோ பல பெரியோர்களின் சரித்திரத்தை வெளியிட்டவர்கள். மக்கள் நன்மையைக் கருதி உயர்ந்த நூல்களை வெளியிடும் அல்லயன்ஸ் கம்பெனியாருக்கு தக்க ஆதரவு கிடைக்குமென நம்புகிறேன். வந்தே மாதரம்.

- எஸ். சத்தியமூர்த்தி

இம்மாதிரியான புத்தகங்களை நமது பள்ளிகளில் இருக்கும் மாணவர்களுக்குக் கொடுப்பது அவசியம். இவைகளின் வழியாக நமது இளைஞர்கள் தேச சேவையைச் செவ்வையாகக் கற்றுக் கொள்ளலாம். இதுபோன்ற நூல்களை வெளியிடும் அல்லயன்ஸ் கம்பெனியாருக்கு தமிழ்நாடு என்றும் கடமைப்பட்டுள்ளது.

- முன்னாள் மத்திய மந்திரி டாக்டர் ப. சுப்பராயன்

நம் நாட்டுக்கு ஏற்பட்ட தனிப்பெருஞ் செல்வம் அதற்குக் கிடைத்த தலைவர்கள் என்று சொல்லலாம். வேறு எந்த நாட்டிற்கும் கிடைக்காத தலைமை நமக்கு உண்டு. தக்க சமயம் பார்த்து அல்லயன்ஸ் கம்பெனியார் இதுபோன்ற தேசபக்தர் நூல்களை வெளியிடுவதை நான் பாராட்டுகின்றேன்.

- முன்னாள் முதலமைச்சர் எம். பக்தவத்சலம்

தற்போது அல்லயன்ஸ் கம்பெனியார் தமிழ் உலகத்திற்குத் தந்துள்ள இதுபோன்ற அரிய ஜீவிய சரித்திரம் உண்மையில் நமது நாட்டிற்கு படிப்பினையை பூர்வாங்கமேனும் அடைவதற்குப் பெரிதும் உபயோகமாக இருக்குமென்று நான் நிச்சயமாக நம்புகிறேன்.

- 'ஹிந்து' முன்னாள் ஆசிரியர் ஏ. அரங்கசாமி ஐயங்கார்

தலைவர்களின் வாழ்க்கைச் சரித்திரப் புத்தகங்கள் எந்த இலக்கியத்திலும் ஒரு முக்கிய அம்சமாகும். அல்லயன்ஸ் கம்பெனியார் மற்ற பிரசுரகர்த்தர்களைவிட அதிகமான வாழ்க்கைச் சரித்திரப் புத்தகங்களை வெளியிட்டு, இந்திய சுதந்திரப் போராட்டத்தை இதன் மூலம் ஊக்குவித்தனர்.

- 'தினமணி' முன்னாள் ஆசிரியர் ஏ.என். சிவராமன்

நமது பிற்கால சந்ததிகள் தெரிந்து கொள்ளுவதற்காகத் திறம்பட நமது பெரியோர்களின் சரிதைகளை சரியாக எழுதி வைக்கும் வழக்கம் நமது தேசத்தில் இல்லாமலிருந்து வருவது வருந்தத்தக்கதாகும். இந்தக் குறையைத் திறம்பட போக்கி வரும் அல்லயன்ஸ் கம்பெனியார் நமது பாராட்டுதலுக்கும் நன்றிக்கும் உரியவர்களாகிறார்கள்.

- ஆர்.கே. ஷண்முகம் செட்டியார்

தேச பக்தர்களின் நூல்களை மிகவும் உயர்ந்த முறையில் பிரசுரித்திருக்கிறார்கள்.

- ஆனந்த விகடன்

நல்ல புத்தகங்களை, தகுந்த ஆசிரியர்களைக் கொண்டு எழுதி வெளியிடும் தன்மையில் அல்லயன்ஸ் கம்பெனியார் சிறந்தவர்கள். இத்தகைய பொறுப்பும் பிரயோஜனமுமான வேலையை அல்லயன்ஸ் கம்பெனியார் மேலும் மேற்கொள்வார்களாக.

- குமரன் (பத்திரிகை)

அல்லயன்ஸ் கம்பெனியாரது ஊக்கம் மேன்மேலும் அதிகரிக்கும் வண்ணம் தமிழ் மக்கள் இதுபோன்ற தேசபக்தர்களின் புத்தகங்களுக்கு ஆதரவு அளிப்பார்கள் என நம்புகிறோம்.

- சுதேசமித்திரன்

மிகவும் சொற்ப விலையில் இப்புத்தகத்தை பிரசுரிக்க அல்லயன்ஸ் கம்பெனியார் முன்வந்திருக்கிறபடியால், அவர்களுடைய எதிர்கால தேசிய சேவைக்கு ஊக்கங் கொடுக்கும் விதத்தில், இப்புத்தகத்தைத் தமிழர்கள் ஏராளமாய் வாங்கி ஆதரிப்பார்களென்று நம்புகிறேன்.

- 'தினமணி' முன்னாள் ஆசிரியர் டி.எஸ். சொக்கலிங்கம்

The publishers have done a service to Tamil Nadu by publishing in Tamil the biography of one who was the foremost leader of Indian opinion in modern times - Mahatmaji - whose sacrifices and services in the cause of the country were unprecedented.

- The Hindu

We trust that the students and youth will make the best use of the Publication.

- The Indian Express

No library of modern literature will be complete, it can be safely affirmed, without the excellent books of The Alliance Company.

- The Free Press

The Alliance Co., that enterprising publishers of Madras deserves the thanks of all lovers of Tamil for the service to the language.

- Sunday Times

மயிலை அல்லயன்ஸ் கம்பெனியாரின் வெளியீட்டுத் திறத்தை ஈண்டு விரித்துக் கூறவேண்டியதில்லை. அதை நாடறியும். அவர்களால் வெளியிடப்பெற்ற நூல்கள் தமிழ் நாட்டுக்குப் பலவகைகளிலும் பயன் விளைத்து வருவது கண்கூடு. நாட்டு நலங்கருதி ஒழுங்கு முறையில் உழைக்கும் அவர்களுக்கு நாடு கடமைப்படுவதாக.

- திரு. வி. க.

அல்லயன்ஸார் யாதொரு இடையூற்றையும் பொருட்படுத்தாது சிறிதும் ஊக்கம் குன்றாது நடத்திவரும் இந்த நிறுவனத்தின் மூலம் ஈடு செய்ய முடியாத அளவிற்குத் தமிழிற்குச் செய்திருக்கும் தொண்டு மிகவும் வியந்து பாராட்டுதற்குரியது.

- பெ. நா. அப்புஸ்வாமி

Books Published by Alliance Co., are highly popular books.

- Rt. Hon'ble V. S. Srinivasa Sastri

கிரேஸி மோகன்

எழுதிய நூல்கள்...

அலாவுதீனும் 100 வாட்ஸ் பல்பும்

அன்புள்ள மாதுவிற்கு...!

பிவேர் ஆஃப் மாது

சாக்லேட் கிருஷ்ணா

கிரேஸி கோஸ்ட்

கிரேஸி கிஷ்கிந்தா

கீதா உபதேசம்

கூகுள் கடோத்கஜன்

ஜூராசிக் பேபி

மாது மிரண்டால்

மதில் மேல் மாது

மாது + 2

மேரேஜ் மேட் இன் சலூன்

மீசை ஆனாலும் மனைவி

மிடில் கிளாஸ் மர்டர்

ஒரு பேபியின் டைரிக் குறிப்பு...

ரிடர்ன் ஆஃப் கிரேஸி தீவ்ஸ்

ஸாடிலைட் சாமியார்

ஹனிமூன் கப்பிள்

ஹியர் இஸ் காசி

அய்யா...! அம்மா...! அம்மம்மா...!

கிரேஸியைக் கேளுங்கள் – 1

கிரேஸியைக் கேளுங்கள் – 2

கிரேஸியுடன் சிரியுங்கள் – 1

கிரேஸியுடன் சிரியுங்கள் – 2

அய்யா...!
அம்மா...! அம்மம்மா...

காட்சி 1

ரகுபதி வீடு

(ஐயங்கார் தீபாராதனை தட்டை சுவாமி படங்களுக்கு காண்பிக்கிறார். கைலாசம் கையில் குடையுடன் வருகிறார்.)

கை : குட் மார்னிங் ஐயங்கார். (உட்காருகிறார்)

ஐய : குட் மார்னிங் கைலாசம்.

கை : என்ன காலம்பற எழுந்து சுவாமியை பயமுறுத்தி ஆச்சா? ஏன் ஓய்... நீர்தான் சொல்லப்படாதா ரகுபதிகிட்டே?

ஐய : என்ன?

கை : இப்படியா ஒத்தன் கார்த்தால எழுந்துட்டு படுக்கையை சுருட்டி சோபால வச்சுட்டு போவான்... உள்ள வக்கப்படாது?

ஐய : எது... இதுவா...

கை : ம்...

ஐய : இது படுக்கை இல்லை...

கை : பின்ன...

ஐய : உம்ம பிரண்டு ரகுபதி தூங்கற pose...

கை : what?... ரகுபதி இன்னம் எழுந்திருக்கலையா... எழுப்பு ஓய்... மணி 8 ஆச்சு.

(போர்வையை எடுக்கிறார் - ரகுபதி கால் மேல் கால் போட்டுக் கொண்டு தூங்குகிறான்)

கை : என்ன இது இப்படி தூங்கறான்... கால் மேலே கால் போட்டுண்டு... மரியாதை இல்லாத தூக்கமான்னா இருக்கு... டேய் எந்திரிடா...

(உலுப்புகிறார் - ரகுபதி எழுந்து)

ரகு : ஹலோ... Good afternoon... சேச்சே... ஹலோ... கைலாசம் குட்மார்னிங்...

கை : Sorry...Good afternoon... சேச்சே... என்னடா... ரகுபதி இப்படி தூங்கறியே! உனக்கு வெட்கமாயில்லே...

ரகு : ஏண்டா... வேஷ்டி கட்டிண்டுதானே தூங்கறேன்... அப்பறம் என்ன வெக்கம்!

கை : மணி பார் 9.00 ஆறது...

ரகு : ஆவட்டுமே... சனிக்கிழமை ராத்திரி Night Show போனேன்... லேட்டா படுத்துண்டேன் இன்னிக்கு ஞாயத்துக் கிழமைதானே... ஒரு நா லேட்டா எழுந்தா என்ன தப்பு...

கை : ஞாயித்துக் கிழமையா... இன்னிக்கு திங்கட் கிழ மைடா.

ரகு : ஐயங்கார்... என்ன ஓய் இப்படியா எழுப்பாம இருக்கறது? என்னடா... ஒரு மனுஷன் பாவம் இப்படி வெகுளியா தூங்கறானே, அவனை எழுப்பு வோம்னு உமக்கு தோணலே? உமக்கு துளி கூட பொறுப்பே இல்லை ஓய்...

கை : ஏண்டா பொறுப்பில்லாம நீ தூங்கிட்டு இவரை திட்டுறியே?

ஐய : அது இல்லை... பாதி தூக்கத்திலே எழுப்பினா நீர்... கோவிச்சுப்பீர்... அதான்...

ரகு : எது ஓய் பாதி தூக்கம் - 24 மணி நேரமா? அட ஒரு மனுஷன் இருக்கானா செத்தானான்னு தெரிஞ்சுக்கவாவது ஒரு தரம் நடுவுல எழுப்பி பாக்க வேணாம்?

ஐய : இல்ல சார்... நீங்க தூங்கறதை பாத்து எனக்கு அந்த டவுட்டு வந்தது... அதான் நேத்து பூரா 1/2

மணிக்கு ஒரு வாட்டி மூக்கு கிட்ட கையை வச்சு பாத்தேன்... சுவாசம் நல்லா சீரா வந்துண்டுருந்தது.

ரகு : நீர் பாட்டுக்கு தூங்க விட்டுட்டீர். இன்னிக்கு திங்கட்கிழமை - ஆபீஸ் போகணும்; அங்க போய் கொட்டு, கொட்டுன்னு முழிச்சுண்டுருக்கணும். இன்னிக்கு ஆபீஸை எப்படி தள்ளப்போறேனோ...

ஐய : சுவாமி... நீர் கொடுக்கற சம்பளத்துக்கு உமக்கு சமைச்சு போடறேன். துணிமணி துவைச்சு இஸ்திரி போட்டு வைக்கறேன். எல்லாம் பண்றேன். But உம்ம எழுப்பற வேலையை மட்டும் தராதீர். சாதாரணமா யாரானும் எழுப்பினா டக்குனு மறந்து போய் எழுந்துடுவோமுன்னு பயந்துண்டு, முன் ஜாக்கரதையா முழிச்சுண்டே தூங்கறேள்...

ரகு : தோ பாரும், உமக்கு நான் சம்பளம் தந்து வச்சுண்டுருக்கிறது mainஆ என்னை எழுப்பி correct டயத்துக்கு ஆபீஸ் அனுப்பத்தான். கூட 50 ரூபா வேணா போட்டுத்தர்றேன் - overtime பண்ணியாவது என்னை எழுப்பியாகனும்.

கை : ஏண்டா படுக்கை இருக்கச்சே இப்படி சோபால தூங்கறே...

ரகு : சோபால தூங்கறதல ஒரு advantage இருக்கு... தூங்கி எழுந்தப்பறம் சுருட்டி வக்கவாணாம்.

கை : இப்படி ஒரு சோம்பேறித்தனமா... அதான் ஐயங்கார் இருக்காரே படுக்கைய சுருட்டி வக்க - அப்பறம் என்ன?

ரகு : நான் ராத்திரி டெய்லி கிளப்புக்கு போயிட்டு 12 மணிக்கு வந்து படுக்கறேன். அப்ப ஐயங்கார் தன் வீட்டுக்குப் போயிடுவார்...

கை : அதனால...

ரகு : யார் படுக்கையை விரிக்கறது? அதான் சோபால...

கை : Height of irresponsibility I Say...

ரகு : எனக்கு எதுக்குடா responsibility... எனக்கென்ன பொண்டாட்டியா புள்ளை குட்டியா...

கை : இன்னம் எத்தனை நாளைக்கு இப்படியே கல்யாணம் பண்ணிக்காம இருக்கப் போறே...

ரகு : இன்னம் எத்தனை நாளைக்கு இப்படியே புத்திசாலியா இருக்க போறேன்றியா...

கை ஏண்டா நானும்தான் கல்யாணம் பண்ணிண்டிருக்கேன் - அப்ப நான் என்ன முட்டாளா?

ரகு : Even otherwise நீ முட்டாள்தான்...

ஐய : நம்ம சார பேச்சுல வெல்ல முடியாது.

ரகு : அ...

கை : என்ன அ... ஐயங்காருக்கு சம்பளம் விஸ்வாசம் பீறிட்டடிக்குது. ஒண்ணுமில்லை afterall படுக்கை... அதை சுருட்டி வக்க சிரமப்பட்டு நீ இப்படி ஓணான் மாதிரி சோபால படுக்கறே... இதே என்னை எடுத்துக்கோ - என் wife எள்ளுன்னா எண்ணையோட வந்து நிப்பா... கார்த்தால படுக்கையில கொஞ்சம் பிரண்டு படுத்தா போதும். நான் எழுந்துட்டேனாக்கும்னு நினைச்சு படுக்கையை சுருட்டிடுவா... சில சமயம் பதிபக்தி ரொம்ப ஜாஸ்தியா போய் என்னை வச்சே படுக்கையை சுருட்டிடுவா. இதே ராத்திரி wifeஐ பார்வதின்னு கூப்பிட'பா'ன்னு ஆரம்பிச்சா போதும் கொட்டாவி யோன்னு நெனைச்சு நான் தூங்க படுக்கையை விரிச்சுடுவா...

ரகு : ஏண்டா, படுக்கையை சுருட்டி வக்க ஒத்தி வேணும் கறத்துக்காக கல்யாணம் பண்ணிக்க முடியுமா!

கை : ஒரு பேச்சுக்கு சொன்னா...

ரகு : சரி, அப்படியே வச்சுப்போம்... wife படுக்கை சுருட்டி வக்கறா... Ok...அதோட விடுவாளா... She will also Share the Bed... இல்லியா...

கை : டெபனட்லி...

ரகு : உனக்கு எத்தனை பசங்க...

கை : ரெண்டு.

ரகு : So The net result of sharing the Bed ரெண்டு குழந்தைங்க. இந்த responsibility who will Share... போன மாசம் நாயா அலைஞ்சியே... கடைசி குழந்தைக்காக... அமுல் பவுடருக்கு, நான் அலைஞ் சேனா? இதுக்குத்தான் சொல்றேன்... பேசாம சோபால படுத்துட்டா ஒரு problem இல்லே...

கை : ஏண்டா மடையா... அமுல் பவுடர் கிடைக்க லேங்கறத்துக்காக குழந்தை பெத்துக்காம இருந்துட முடியுமா? குழந்தை எதுக்கு பெத்துக்கறோம்? நம்ம வம்சம் விருத்தி ஆகணும் இல்லையா?

ரகு : பெரிய திருவாங்கூர் ராஜவம்சம் - விருத்தியாகணும்! எனக்கென்ன... ஐயங்கார் இருக்கார். வாய்க்கு ருசியா சமைக்கறார். மாசா மாசம் சம்பளத்த அவர் கிட்ட கொடுத்துடறேன். அவர் சம்பளம், என் னோட செலவு போக மீதியை Bankல எம்பேர்ல கட்டிடறார்.

ஐய : Yes.

ரகு : சில சமயத்துல 5, 10 திருடிடறார்.

கை : இன்னம் எத்தனை நாளைக்குத்தான் இந்த ஐயங்கார் உன் கூட இருப்பான்?

ஐய : நான் ஏன் போறேன்? நான் எப்பவும் இவரு கூடத்தான் இருப்பேன்.

கை : வேலையை விட்டு போறதை சொல்லலை... ஒரே அடியா போயிட்டீர்னா...

ஐய : காபி.

கை : (காபி உறிஞ்சி) சேத்தரி... என்னடா இது காபி? கருமம்... என்னய்யா காபி இப்படி அசிங்கமா கலக்கறீர்?

ரகு : இப்ப உனக்கு எவ்வளவு திருப்தியா இருக்கு?

கை : என்ன?

ரகு : நெஜமாவே நல்லா இல்லாத காபிய தைரியமா நல்லா இல்லேன்னு சொல்றே! இதே உன் wife

கலந்த காபியை சொல்ல முடியுமா! இதாண்டா Freedom of Speech... ஐயங்கார், காபி என்ன இவ்வளவு சூடா இருக்கு? அடுப்பு மேல வச்சு கலந்தீரா இல்ல அடுப்புக்குள்ளயே வச்சுட்டீரா! (குடிக்கிறான்)

கை : கர்மம், பல் தேக்காம ஏண்டா இப்படி காபி சாப் பிடறே? (டைம் பார்த்து) பார் உன்னோட பேசி னதுலே டயம் ஆனதையே பாக்கலே... சட்டு புட்டுனு கிளம்புடா... ஆபீசுக்கு டயமாச்சு... இப்பவே 9.30 மணி, Busக்கு 10 நிமிஷம்தான் இருக்கு.

ரகு : தோ ஒரு second.

கை : என்ன ஐயங்கார், வயசுல பெரியவரா இருக்கீர், ரகுபதிக்கு புத்தி சொல்லக் கூடாது. இப்படி ஒரு indisciplined life வாழ்றானே... ஒரு கால் கட்டை போட்டா தன்னால திருந்துவான்னு பாத்தா பய என்னடான்னா பிடி கொடுத்து பேச மாட்டேங்க றானே?

ஐய : உம்ம கிட்ட இப்ப கைவசம் பொண்ணு இருக்கா!

கை : இருக்கு...

ஐய : அப்ப என்ன; ரகுபதிக்கு முடிச்சிட வேண்டியது தானே?

கை : முடிச்சுடலாம்... But வயசு வித்யாசம் ஜாஸ்தி இருக்கேன்னு பாக்கறேன்.

ஐய : என்ன பெரிய வயசு வித்யாசம்?

கை : 32 வருஷம்...

ஐய : 32 வருஷமா!

கை : ஆமாம். என் பொண்ணுக்கு ரெண்டு வயசு; ரகுபதிக்கு 31 இல்லியா!

ஐய : இதான் கைவசம் இருக்கிற பொண்ணா? நான் என்ன ரகுபதிக்கு விளையாடறத்துக்கு பொண்ணா

கேட்டேன்? கல்யாணம் பண்ணிக்க ஸ்வாமி!

கை : நீர் கைவசம் பொண்ணு இருக்கான்னு கேட்ட வுடனே என் Daughterதான் Mean பண்றே ளாக்கும்னு நினைச்சுட்டேன்...

ஐய : நல்ல வேளை உம்ம wifeஐ suggest பண்ணாம இருந்தீரே...

கை : அப்படி கூட ஒரு ஐடியா இருந்தது. தள்ளி விட்டுடலாமுன்னு பார்த்தேன். ரகுபதி எனக்கு ரொம்ப நாள் Friend - Friendshipபை கெடுத்துக்க வேணாம்னு வுட்டுட்டேன். So நீங்க சொல்றதை பாத்தா ஒரு பொண்ணை இழுத்துண்டு வந்து தாலியை கட்டுடான்னா ரகுபதி கட்டுவாங்குறீர்.

ஐய : நீரே புடவையை கட்டிண்டுவந்து நின்னா போதும்; தாலியை கட்டிடுவார்... அவ்வளவு ஏங்கிக் கிடக்கார். நீரே கல்யாணத்தை முடிச்சு வச்சுடறதா assure பண்ணனும். அப்பறம் பாரு அவர் reactionஐ...

கை : அதெப்படி அவ்வளவு sureஆ சொல்றீர்?

ஐய : பக்கத்து தெருவுல ஒரு அனுமார் கோயில் இருக்கு; அந்த அனுமாருக்கு வெண்ணெய் சாத்தினா கல்யாணம் ஆகாதவருக்கு கல்யாணம் நடக்கு முன்னு ஐதீகம்.

கை : தெரியும்.

ஐய : நம்ம தெருக் கோடில இருக்கற நம்பீசன் Butter Shopல இந்த மாசம் வெண்ணெய் பில் 250 ரூபா... சொன்னா நம்ப மாட்டேள்... ரகுபதியை நம்பி இந்த தெருவுல நாலு வெண்ணெய் கடை புதுசா ஆரம்பிச்சிருக்கா.

கை : அடப்பாவமே! மனசுல இத்தனை ஆசையை வச்சுண்டு ஏன் இந்த போலி நாடகம் ஆடறான்? (ரகுபதி Entry)

ரகு : ஐயங்கார், சாப்பாடு மத்யானம் கொண்டு வந்துடும். இன்னைக்கு என்ன மெனு?

ஐய : புடலங்காய் சாம்பார், ரசம்.

ரகு : ஐயங்கார், அப்பறம் உம்மகிட்ட ஒண்ணு சொல்லணும்...

ஐய : என்ன...

ரகு : வெங்காய சாம்பார் பண்ணா அதுல வெங்காயம் முழுசு முழுசா இருந்தாதான் புடிக்குமுன்னு நான் சொன்னது என்னவோ வாஸ்தவம்தான். But நீர் எல்ல சாம்பாருக்கும் அதே Principle adopt பண்ணப்படாது.

ஐய : என்ன சொல்றீர்...

ரகு : போன வாரம் புடலங்காய் சாம்பார்ல காரியர்லேந்து இழுக்க இழுக்க திரௌபதி வஸ்த்ராபரணம் மாதிரி ஒரு முழு புடலங்காய் வந்தது... எங்களுக்கு லஞ்ச் Time 1/2 Hourதான். இதுல புடலங்காய் இழுக்க 1/4 Hour ஆயிடுத்து என்ன...

ஐய : எங்காத்து தோட்டத்துல விளைஞ்சது. உங்களுக்கு புடலங்காய்ன்னா உசுராச்சுன்னுதான் அப்படி...

ரகு : மறுபடியும் சொல்றேன். செடில விளையறச்சே அது பெரிசாதான் விளையும். அது சுபாவம் அப்படி. அதுக்காக நாம அதை அப்படியே use படுத்தப்படாது. அரிவாமணை எதுக்கு வாங்கி கொடுத்தேன். நறுக்கி போடும், என்ன...

ஐய : இந்தாரும். *(சிகரெட் பாக்கெட்டை கொடுக்க ரகுபதி ஒரு சிகரெட்டை பற்ற வைக்கிறான்)*

கை : ஏண்டா ரகுபதி இப்படி சிகரெட் புடிக்கிறே!

ரகு : இப்படிதாண்டா புடிக்கணும், திருப்பி வச்சு புடிச்சா நெருப்பு வாய்ல சுட்டடும்.

கை : சிகரெட் புடிச்சா கான்ஸர் வரும்.

ரகு : எனக்கு தெரிஞ்சு புகைதான் வருது.

கை : உன்னை கண்டிக்க ஆள் இல்லாம போயிடுத்து. இதுக்குத்தான் ஒரு கால்கட்டு போடணுமுங்கறது.

ரகு : மறுபடியும் ஆரம்பிச்சிட்டியா உன் போரை... ம் அப்பறம் ஐயங்கார்...

ஐய : என்ன சொல்லுங்கோ!

ரகு : அப்பறம் ஐயங்கார், நம்ம டெய்லர் பாபாராவ் கிட்ட தீபாவளி pant ஐ ஆல்டர் பண்ண குடுத் தேன். அதை வாங்கிட்டு வந்துடுங்கோ.

ஐய : சரி.

ரகு : மோசம்டா... இந்த டெய்லர். போன தடவை தச்ச பேண்ட் ரொம்ப டைட்டா தச்சுட்டான்னு இந்த வாட்டி கொஞ்சம் லூசா தைக்க சொன்னேன். பயங்கர லூசா தச்சுட்டான். அதை போட்டுண்டு தரைல உக்காண்டு சாப்பிட்டு நான் எழுந்தேன்; பாண்ட் மட்டும் எழுந்துக்காம அப்படியே உக்காண்டுருக்கு...

கை : வாடா போகலாம்...

ரகு : ஐயங்கார், அப்ப நான் கிளம்பறேன். வீட்டை பூட்டிட்டு சாவியை எதுத்த வீட்டுல குடுத்துட்டுப் போங்கோ. வாடா போகலாம்.

ஐய : சார் மறந்துட்டேனே... (வெண்ணெய் பொட்டலம் தருகிறார்)

(ரகுபதி ஐயங்காரை தனியே இழுத்து)

ரகு : அறிவுல்ல உமக்கு? அவனுக்கெதிரே வெண்ணெய் பொட்டலத்தை தர்றே? அவன் ஏன் என்ன எதுக் குன்னு குடைவான்; மானம் போகும்.

ஐய : இல்ல சார், அவரும் நம்ம சைடுதான்...

ரகு : என்ன... ஐயங்கார், நான் இல்லாதபோது இவன் கிட்ட என்ன சொன்னீர்? தோ பாருடா கைலாசம், இது வெண்ணெய் பொட்டலம் பக்கத்து தெரு அனுமாருக்கு சாத்த போறமா!

கை : எதுக்கு அனுமாருக்கு வெண்ணெய் சாத்தணும்...

ரகு : போனமாசம் கால்ல கட்டி வந்தது. அது குணமாக...

கை : கால் கட்டிக்கா... இல்ல கால்கட்டுக்கா! படவா கொள்ள ஆசை மனசுல. இதுல சொல்ல வெட்கம்- உன் கல்யாணம் விஷயமா Discuss பண்ணணும், உக்காரு.

ரகு : போடா சீ... கல்யாணமும் வேணாம் ஒரு எழவும் வேணாம்... கிளம்பு...

கை : அதெல்லாம் முடியாது. அது பத்தி பேசி ஒரு முடிவுக்கு வராதவரை நான் இந்த எடத்தைவுட்டு நகர போறதில்லை.

ரகு : ப்ளீஸ், நான் சொல்றதை கேளு... கிளம்புடா!

கை : முடியாது...

ரகு : ஐயங்கார், உள்ளே ஏதோ அடுப்புல புகையற வாசனை வருது - என்ன போய் பாரும். (ஐயங்கார் Exit) கைலாசம் வாடா வெளியில போய் பேசலாம், மூணாவது மனுஷன் ஐயங்காரை வச்சுண்டு பேச வேணாம்.

கை : கையை குடுடா... அப்படி வா வழிக்கு... எங்க போய் பேசலாம்? நல்ல calm atmosphereஆ இருக்கணும். யாரும் Disturb பண்ணாத ஒரு எடம் suggest பண்ணு பாக்கலாம்.

ரகு : Best place நம்ம ஆபீஸ்தான்.

(திரை)

காட்சி 2

ரகுபதி வேலை பார்க்கும் ஆபீஸ்

(ரகுபதி டிபன் காரியரை அடுக்கி விட்டு)

ரகு : சும்மா சொல்லப்படாது... ஐயங்கார் பிரமாதமா சமைக்கறாரு இல்லே...

கை : Top Class கலியுக நளன்.

ஐய : Thank you sir, Infact...இதுக்கு நீங்க என் wifeஐ தான் பாராட்டணும்.

கை : அப்ப சமைச்சது நீர் இல்லையா...

ஐய : நான்தான் -

கை : பின்ன!

ஐய : அவ மட்டும் எனக்கு wifeஆ வந்துருக்காட்டி எனக்கு இவ்வளவு தூரம் சமைக்கவே தெரிஞ்சிருக் காது. ம்... சும்மாவா? கல்யாணமானதுலேந்து 25 வருஷமா சமைக்கறேன்!

கை : அப்ப வீட்டுலேயும் சமையல் நீர்தானா?

ஐய : கல்யாணமாயி மொதல் ரெண்டு வருஷம் என் wife தான் சமைச்சிண்டுருந்தா... அப்பறம்தான்... நான் தான் அவளை வேண்டாமுன்னு சொல்லி அன்று பொறுப்பை எடுத்துண்டுட்டேன்.

கை : ஏன்?

ஐய : என் family அனாவசியமா food poisonல அழிய வேண்டாமுன்னுதான்!

ரகு : ஐயங்கார்... இந்தா... அப்ப நீ கிளம்பு... ஏண்டா கைலாசம் இந்த lunchக்கு போன ஜகந்நாதனை எங்க இன்னம் காணும். தோ வந்துட்டாரே... வாங் கோ... என்ன கொட்டிண்டாச்சா. (பேசாமலிருக் கிறார்)

கை : லஞ்சுக்கு என்ன மசால் தோசை ஒரு வெட்டு வெட்டிருக்கார் போலிருக்கு...

ஜக : அதெப்படி கரைட்டா கண்டுபுடிச்சேள்...

ரகு : தோசையோட விள்ளல் வாயிலேயும் ஒட்டிண் டிருக்கு பாரு. ஏன் ஓய் சாப்பிட்டா வாயை அலம் பிண்டு வரப்படாது?

ஜக : (வாயை துடைத்து) சாரி...

ரகு : மணி 1.45 ஆகறது, Lunch 1.30 யோட over; இப்படி லேட்டா வரீரே - இது என்ன ஆபீசா உம்ம வூடா?

ஜக : தெரியாத்தனமா ஸ்பெஷல் மசாலா order பண்ணிட் டேன். அது ரொம்ப நீளம் டேபிளை விட்டு ரெண்டு அடி Project ஆயி போறவா வரவா மேல்லாம் இடிச்சுதுன்னா பாருங்களேன்... Infact within my reachலே இருந்ததை நான் சாப்பிட் டேன்... அதுக்கே இவ்வளவு டயமாயிடுத்து...

ரகு : Stop it I say...வர வர நீங்க ரொம்ப மோசமா போயிகிட்டு இருக்கேள்...

ஜக : Please sorry... இந்த ஒரு வாட்டி...

கை : டேய்... சீ விடுடா... பாவம்...

ரகு : என்னடா பாவம்... இப்படியே வுட்டா இந்த ஆள் தலைக்கு மேலே ஏறிடுவான், இதுக்கு ஏதாவது ஒரு வழி பண்ணியாகணும்.

ஜக : சாரி சார்...

ஐய : சார்... பாவம் மனுஷன்... விட்டுடுங்க... இதைப் போயி அனாவசியமா பெரிசுபடுத்தி மானேஜர் கிட்ட Report பண்ணிடாதீங்க.

ரகு : நீ வேற சும்மா இரு ஐயங்கார். மானேஜரே இவரு தான்...

ஐய : What... இவர்தான் மானேஜரா!

ஜக : ஆமாம்... இதே கம்பெனிக்கு நான்தான் மானேஜர். But எனக்கு இவாதான் Managers.

ஐய : ஏன் சார்... மானேஜரா இருந்துண்டு இவர் ஏன் உங்களை கண்டு பயப்படறார்?

ரகு : அவரையே கேளும்! சொல்லட்டுமா ஓய்.

ஜக : Please வாணாம் ரகுபதி... தயவு செய்து அந்த விஷயத்தை எல்லாம் சொல்லிடாதீங்க. நான் உங்களை கண்டு பயப்படறது போதும்.

ஐய : ஆச்சர்யமாயிருக்கே... இவர் ஏன் இப்படி பயப் படறார் உங்களை பார்த்து...

ரகு : ஜகந்நாதன்... ஐயங்கார் ரொம்ப ஆசைப்படறார்... சொல்லிடுவோமே... பயப்படாதீர், நம்ப ஐயங்கார் யார் கிட்டேயும் சொல்ல மாட்டார்.

ஜக : Please வாணாம்...

ரகு : பயப்படாதேள்... இதை கேட்டுட்டு ஐயங்கார் உம்மை Black mail பண்ண மாட்டார். I assure you.

ஜக : அய்யோ நீரே Black mail அது இதுன்னு அவருக்கு ஞாபகப் படுத்தாதீர்.

ரகு : அப்படியே ஐயங்கார் உம்மை Black mail பண்ணாத பட்சத்துல யார்கிட்டயான சொல்லிடுவான்னுதான் உம்மை பயமுறுத்தணும். ஐயங்காருக்கு அதெல் லாம் தெரியாதே!

ஜக : நல்ல வேளை.

ரகு : எப்படி ஓய் தெரியும்? அப்படியே தெரிஞ்சாலும் நம்ம general manager வீடு தெரியாதே? தெரிஞ்சா தானே அங்க போயி சொல்ல முடியும்.

ஜக : சார்... Please வேணாம்.

ரகு : But ஒரு Problem இருக்கு...

ஜக : என்ன?

ரகு : G.M. வீடு எங்க இருக்குன்னு நாம சொல்லலே. So ஐயங்காரால அங்க போக முடியாது. But No.5. உஸ்மான் ரோடு மாம்பலம் - உம்மை பத்தி தாறுமாறா எழுதி post பண்ணிடுவாரோ என்று பயப்படறீரா?

ஜக : ரகுபதி, நான் ஏன் உன்ன கண்டு பயப்பட றேன்னு சொன்னா போறாதா? நீ போற போக்கப் பாத்தா ஐயங்கார் என்னை எப்படியெல்லாம் பய முறுத்தலாமுன்னு சொல்லித்தருவே போலிருக்கே.

ஐய : கவலைப்படாதேள்! உம்மை பத்தி தாறுமாறா எழுதி நெ.5, உஸ்மான் ரோடுக்கு எழுதி போஸ்ட் பண்ணிடுவேன்னு பயப்படாதேள்.

ஜக : Thank you sir.

ஐய : நேரயே போய் சொல்லிடுவேன். ஏன்னா என் வீடு நெ.7, உஸ்மான் ரோடு. உங்க G.M. வீட்டுலே நாள் கிழமைன்னா நான்தான் சமையல் போறுமா! அதை விடுங்க சார். இவர் ஏன் உங்க ரெண்டு பேரையும் பார்த்து பயப்படறாருன்னு சொல்லலையே!

ஜக : சொல்லுவார்யா... என்ன அவசரம்?

ரகு : கேளும் ஐயங்கார், எங்க Company யோட Product என்ன தெரியுமா? we manufacture Nuts and Bolts.

ஐய : நெனைச்சேன். இவரை மானேஜரா வச்சிருக் கச்சேவே product நட்டும் போல்டாவும்தான் இருக்கும்னு நினைச்சேன்.

ரகு : இது எங்க கம்பெனியோட Sales office... எங்க Nut and Bolt Marketல விலை போகலை... பார்த்தார் இவர்... Sales officeல எதானா விக்க வேணாமா? So he started selling the office itself... பார்த்தா இவ்வளவு சாதுவா இருக்காரே -எவ்வளவு அழுத்தமான ஊழல் ஆசாமி தெரியுமா? சொன்னா நம்பமாட்டேள் ஐயங்கார். வேலைக்கு சேந்து மொதல் ஒரு வருஷம் டெய்லி ஆபீஸ் வந்து பாத்தா ஏதாவது ஒண்ணு குறைஞ்சிருக்கும். டேபிள் chair - wall clock இப்படி ஏதாவது! மறுபடியும் மூணு நாள்ள இவர் Head officeக்கு replacement கேட்டு order raise பண்ணி sanction ஆயி புது Wall Clock வரும். அவ்வளவு fastஆ ஓடின clock நான் இதுவரை பார்த்ததே இல்ல. எடத்த விட்டே ஓடிடுத்தே...

கை : பாத்தோம். எங்களுக்கு ஆபீஸ்ல ஒரு Grip வேணாமா? இவரை ஊழல் பண்ண விட்டோம்; எங்களுக்கு தெரியாம கம்பெனி சொத்தை இவர் வித்துண்டு இருந்தார். இவருக்கு தெரியாம நாங்க இவர் வித்ததுக்கெல்லாம் ஆதாரத்தோட Proof File பண்ணி வச்சுண்டோம்.

ரகு : இந்த companyல I am the Nut... He is the Bolt... நாங்க நில்லுன்னா நிப்பார். உட்காருன்னா உட்காருவார். கார்த்தால ஒரு நாள் 10 மணிக்கு வந்து பாரும் ஐயங்கார். இவரோட பசங்க காலேஜ் போறச்சே டெய்லி இங்க வந்து பேனாக்கு ink போட்டுண்டு போகும்க. மத்தியானம் கம்பெனி சொத்தை சாப்பிடுறாங்க.

ஐய : என்ன மானேஜர் சார்? இப்படி ஒரு ஊழல் பண்ணி ஏன் மாட்டிக்கிறீர்?

ஜக : எனக்கு புள்ளை குட்டிங்க ஜாஸ்தி. கம்பெனி சம்பளம் சாப்பாட்டுக்கே சரியாயிடும். பசங்களை படிக்க வக்க, அது இதுன்னு ஏகப்பட்ட செலவு. அதான் இப்படி! தப்பா எடுத்துக்காதேயும்.

ஐய : சரி விடும். அப்ப நான் கிளம்புறேன் சார். *(காரியரை எடுத்துக்கொண்டு கிளம்புகிறார்)*

ஜக : ஐயங்கார், one minute - இப்ப நீர் கேட்டதையெல்லாம் G.M. கிட்ட சொல்லிடுவேன்னு என்னை பயமுறுத் தாதீங்க. ஏற்கனவே இவாகிட்ட மாட்டிண்டு திணர்றேன்.

ஐய : கவலைப்படாதேள்; இப்போதைக்கு உம்மை அப்படிலாம் பயமுறுத்த மாட்டேன்.

ஜக : அது என்ன இப்போதைக்கு?

ஐய : எனக்கும் புள்ளை குட்டிங்க ஜாஸ்தி ஓய்... செலவு வராதா... வரபோது உம்ம கிட்ட வர்றேன்... Ok (Exit)

ஜக : பாத்தியா ரகுபதி? உங்களால பயமுறுத்திட்டு போறான். நாளைக்கு அவன் என்னை பயமுறுத்தி பத்தைக் கொண்டா இருபதை கொண்டான்னா நான் எங்க போவேன்?

ரகு : உமக்கென்ன ஓய் - அப்படி அவன் கேட்டான்னா இருக்கவே இருக்கு. Head Officeக்கு letter எழுதி போட்டு ஒரு புது Sales officeக்கு Sanction வாங்கிடுமே... பயப்படாம உள்ள போய் வேலைய பாரும்... நடு நடுவுல கொஞ்சம் கம்பெனி Productஐ விக்கறத்துக்கு வழி பாருமே. *(ஜகந்நாதன் தொய்வாகப் போகிறார்)*

கை : சார். அப்பறம் நாங்க ஒரு பர்சனல் விஷயமா கொஞ்சம் பேசணும், இந்த Fileலை கொஞ்சம் பாக்கறேளா!

ஜக : ஆகா... தாராளமா... அந்த ஐயங்கார் விஷயமா!... (Exit)

ரகு : கவலைப்படாம போங்கோ, என்னை மீறி அவன் ஒண்ணும் செய்ய மாட்டான்...

கை : சரி அவனை வுடு.

ரகு : என்ன, என் கல்யாணம் விஷயம்தானே? டேய் எனக்கு கல்யாண ஆகாததால... அது மேல் வெறுப்பு வந்தது வாஸ்தவம்தான். But நம்ம மானேஜரை பார்த்தா நெஜமாவே அது பேர்ல ஒரு வெறுப்பு வருதுடா...

கை : என்ன சொல்ற...

ரகு : இந்த மானேஜர் ஏன் நம்பளை பாத்து பயப்படறார். அவன் கம்பெனில கை வச்சது நமக்குத் தெரியும். ஏன் கம்பெனி சொத்துல கை வச்சான்? 5 பசங்களை வளக்க சம்பளம் பத்தலே. எப்படி 5 பசங்க அவனுக்கு? கல்யாணமானதுனாலே 5 பசங்க. ஏண்டா இந்த மானேஜருக்கு மட்டும் கல்யாணமாகி 5 குழந்தைங்க பொறக்கலைன்னா இவன் இப்படி திருடுவானா?

கை : நம்ம மானேஜரை பத்தி சொல்லாத இவன் ஒரு Born culprit... இவனுக்கு குழந்தையே பொறக்கலன்னா கூட திருடறதுக்குன்னு 5 குழந்தைகளை தத்து எடுத்துருப்பான். இவனைப் போய் ஒரு Exampleலா எடுத்துக்கறியே... எனக்கும்தான் ரெண்டு பசங்க- நான் திருடுறேனா? நம்ம மானேஜரை வச்சு சம்சாரிகள் எல்லாம் திருடன்னு முடிவு கட்டாத... திருடன்கள்ளயும் நம்ம மானேஜர் மாதிரி ஒண்ணு ரெண்டு சம்சாரி இருக்கான்...

ரகு : இல்லை... எதுக்கு சொன்னேனா...

கை : அ... 34 வயசாறது... உனக்கோ கல்யாணம் பண்ணிக்க ஆசையும் இருக்கு... இது நாள் வரை what prevented you from getting married?

ரகு : ரெண்டே வார்த்தையில சொல்லட்டுமா!

கை : சொல்லு... உன் கல்யாணத்துக்கு தடையா இருந்தது எது?

ரகு : My parents-

கை : Parents-you mean your father and mother?

ரகு : எனக்கு தெரிஞ்சு parentsனா father and mother தாம்பா. இதுல உனக்கு என்ன குழப்பமுன்னு தெரியல.

கை : எப்படிடா...

ரகு : கைலாசம், அது ஒரு பெரிய கதை. Infact எனக்கு கல்யாணமாகாம தட்டிப் போனதுக்கு ஒரு விதத்துல நானும் ஒரு காரணம்.

கை : புரியலையே...

ரகு : 26 வயசுல எனக்கு ஒரு ஜாதகம் பாத்து fix பண்ணிட்டா. அப்ப நான் சும்மா இருக்கக் கூடாது? என் நாக்குல சனி - என் அப்பா கிட்ட சொன்னேன்... அப்பா மொதல்ல விஜயா கல்யாணத்தை முடிச்சிட்டு அப்பறம் நான் பண்ணிக்கிறேன்னு...

கை : அது யார் விஜயா...

ரகு : என் தங்கை விஜயலட்சுமி.

கை : நீ பண்ணது correct... வீட்டுல பொண்ணை வச்சுண்டு பையனுக்கு கல்யாணம் பண்றது தப்புதானே...

ரகு : வீட்டுலே பொண்ணை வச்சுண்டு பையனுக்கு கல்யாணம் பண்றது தப்பு... இதே வார்த்தைகள் என் லைப்பையே Spoil ஆக்கிடுத்து...

கை : என்ன சொல்றே...

ரகு : எனக்கு எட்டு தங்கைகள்டா கைலாசம்... எங்கப்பனுக்கு 9 பசங்க... நான் மூத்தவன். மீதி 8ம் பொண்ணுங்க... அதுவும் எப்படி... எல்லாம் ஒரு வருஷ gapல... 2 குழந்தைங்களுக்கு இடையே போதிய இடைவெளி தேவைன்னு எங்கப்பனுக்கு அந்த காலத்துல எவனும் சொல்லலை போலருக்கு.

கை : ரொம்ப மோசம்டா உங்கப்பன்! இப்படியா பெத்துப்பான் பொண்ண!

ரகு : அவர் என்னடா பண்ணுவார்... பொறந்ததெல்லாம்

பொண்ணா இருந்தா... எனக்கப்பறம் விஜயா பொறந்த போது வீட்டுக்கு லக்ஷ்மி பொறந்துருக் கான்னு, விஜயலட்சுமின்னு பேர் வெச்சார்... அதுக்கப்பறம் மகாலக்ஷ்மி பொறந்தா, அடுத்தது தனலக்ஷ்மி... தானியலக்ஷ்மின்னு அஷ்ட லக்ஷ்மி களும் பொறந்தது... நல்ல வேளை 10வது குழந்தை பொறக்கலை... பொறந்திருந்தா ஜோதிலக்ஷ்மின்னு வச்சிருக்கனும்.

கை : So...26 வயசுல நடந்துருக்க வேண்டிய கல்யாணம் வீட்டுல பொண்ணுங்களை வச்சுண்டு பையனுக்கு கல்யாணம் பண்ணக் கூடாதுங்கற காரணத்துக்காக தள்ளி போயிடுத்துங்கறியா...

ரகு : ஆமாம்... எனக்கு 26 வயசுல என் மொதல் தங்கை கல்யாணம்... 27 வயசுல இரண்டாவது தங்கை 28ல ... 29ல 4 இப்படியே போய்... இப்ப 34. 6 மாசம் முன்னாடி லீவு போட்டேனே - என் கடைசி தங்கை கல்யாணம் அப்ப.

கை : அப்ப உனக்கு way clearedனு சொல்லு... ஏன் இன்னும் உன் அப்பன் உனக்கு கல்யாணம் பண்ணி வைக்க efforts எடுத்துக்காம இருக்கான்?

ரகு : பொண்ணுங்களுக்கு கல்யாணம் பண்ணிட்டா அதோட முடிந்ததா... Inter connected activities லாம் யார் பாக்கறது... 4வது தங்கைக்கு 2வது குழந்தை பொறந்தது. அவளை குழந்தையோட மாட்டு வண்டில ஏத்தி அனுப்பிட்டு திண்ணைல எங்கப்பன் கொஞ்சம் அசதியா சாயறத்துக்குள்ள மறுபடி மாட்டுவண்டி சத்தம் - 6வது தங்கை 8வது மாசம்னு வந்து நிக்கறா... அவளை உள்ளே அனுப்பிச்சிட்டு திரும்பினார். 2வது தங்கை தன் 3வது பையனை 5வது கிளாஸ்ல்லே சேக்க எங்கப்பன் recommendation கேட்டு வந்து நிக்கறா, இதுக்கு நடுவுல 7வது தங்கைக்கு தலை தீபாவளி... 8வது தங்கை கல்யாணம் சேர்ந்துண்டுடுத்து... அந்த அமர்க்களம் வேற...

கை : தலை சுத்தறதுடா...

ரகு : உனக்கே இப்படி இருக்கு... எங்கப்பனுக்கு எப்படி இருக்கும்? எங்க வீட்ல என்னமோ எப்பவுமே கல்யாண கோலம்தான். இந்த கல்யாணங் கள்ள எங்கப்பன் என் கல்யாணத்தை மறந்தே போயிட்டார்... வீட்டுல எப்பவும் கல்யாண சமையல்தான் - பருப்பு உசிலியும், பால் பாயசமும் சாப்பிட்டு, சாப்பிட்டு எங்கப்பா அலுத்துப் போயிட் டார். இப்பதான் கொஞ்ச நாளா - ஒரு 6 மாசமா freeஆ இருக்கார்.

கை : சே... really உன்னை பாத்தா பாவமா இருக்குடா...

ரகு : இதுல வயத்தெரிச்சல் என்னன்னா... எங்கப்பா அம்மாக்கு நான் ரொம்ப செல்லம்... என் அப்பா கிட்ட... நான் ஒவ்வொரு தடவையும் ஊருக்கு போறேச்செல்லாம்... எங்கம்மா வாய்க்கு வாய் எங்கப்பா கிட்ட... ரகு அன்னிக்கு பார்த்த மாதிரி குழந்தையாவே இருக்கான் - அப்படிம்பா. இந்த 34 வயசு குழந்தை அவா கண்ணுக்கு எப்ப பெரியவனா தெரிஞ்சு எப்ப எனக்கு கல்யாணம் பண்ணப் போறாளோ? எனக்கு hopeஏ இல்லே...

கை : பேசாம நீயே லவ் கிவ் பண்ணி ஒரு கல்யாணம் பண்ணிண்டு அப்பா, அம்மா, கால்ல போய் விழ வேண்டியது தானே?

ரகு : Loveஆ? நானா?எங்கம்மா தொலைச்சு கட்டிடுவா...

கை : நீ உருப்புட மாட்ட... எனக்கு தெரிஞ்சு 60ம் கல்யாணம் பண்ணிக்க போற மொதல் பிரம்மசாரி நீயாதான் இருக்க போற! நான் சொல்றதை கேளு. உனக்கு வெட்கமா இருந்தா என்கிட்ட விட்டுடு... நான் உன் கல்யாண விஷயமா உங்கப்பனுக்கு Strongஆ ஒரு லெட்டர் போடறேன்.

ரகு : எனக்கு கல்யாணம் பண்ணி வையுங்கன்னு நீ recommend பண்ணி லெட்டர் எழுதினா எங்க வீட்டுல என்னை பத்தி என்ன நெனைப்பாங்க... அற்ப பய... கல்யாணத்துக்கு இப்படி அலைய றானேன்னு நெனைக்க மாட்டாங்க... இது ரொம்ப

Delicate Matterடா... தோ பார்... என் கல்யாண விஷயத்த எங்கம்மா, அப்பாகிட்ட நாசுக்கா சொல்லணும் - அதுவும் அவங்களை Madras வரவழைச்சு சொல்லணும் - ஏன்னா எப்படியும் வீட்டுல ஏதாவது ஒரு விசேஷத்துக்காக Minimum 3 தங்கை மாப்பிள்ளை ஜோடி இருக்கும்... அப்ப இதை பத்தி ஆரம்பிச்சா எங்கப்பா உனக்கு கல்யாணமா? செய்வோம் மொதல்ல நீ போயி நாலு கட்டு வாழை இலை வாங்கிண்டு வா, மாப்பிள்ளை வந்துருக்கார் பாரும்பாங்க... அங்க எடுபடாதுடா...

கை : So, உங்கப்பா அம்மாவ இங்க வரவழைச்சு நாசூக்கா விஷயத்த சொல்லணும்...

ரகு : ம்...

கை : O k. இப்படி வச்சிப்போம்... உங்கப்பனுக்கு நான் ஒரு letter போடறேன். இது மாதிரி உங்க பையன் ரகுபதி வேளா வேளைக்கு சாப்பிடாம இத்தனை நாள் கஷ்டப்பட்டதுல அவனுக்கு chronic அல்சர் வந்துடுத்து... Start Immediately... எப்படி?

ரகு : அப்படி செஞ்சா?

கை : கேளு, உங்கப்பா இங்க வர்றச்சே இங்க ஒரு சீன் create பண்ணணும் - உன்னை சுத்தி ஒரே மருந்து பாட்டில். உன்னை டெஸ்ட் பண்ண ஒரு டாக்டர்...

ரகு : டாக்டரா...

கை : Yes... உன்னோட family டாக்டர்...

ரகு : Family setup ஆறதுக்கே வழியை காணும்... அதுக்குள்ள family டாக்டரா...

கை : உங்க பாதர்கிட்ட அவர்... நீ சரியா சாப்பிடாததனால உனக்கு அல்சர் வந்துடுத்து... இனி உங்க பையன் பொழைக்கணுமுன்னா வேளா வேளைக்கு ஒழுங்கா வீட்டு சாப்பாடு சாப்பிடணும்- அப்படின்னு சொல்லுவார்...

ரகு : இப்ப அந்த மாதிரி எனக்கு பொய் அல்சர் இருக்

குன்னு சொல்ல டாக்டருக்கு எங்க போறது...

கை : டாக்டர்... yes...o...k...டாக்டர் கிடைச்சாச்சு. ஜகந் நாதன்.(ஜகந்நாதன் வருகிறார்) இவர்தான் டாக்டர்... சார், நீங்கதான் டாக்டர்...

ஜக : சரி...

ரகு : என்னடா சொன்னவுடனே ஒத்துண்டுட்டார்... ஏன் எதுக்குன்னு கேட்காம...

ஜக : நீங்க ரெண்டு பேரும் எது சொன்னாலும் ஒத்துக்க றேன். தயவு செய்து அந்த ஐயங்கார் G.M. கிட்ட.... கைலாசம்...

கை : என்ன...

ஜக : நான் டாக்டரா நடிக்கிறேன் சரி... ஆசையா இருக்கு... ஒரே ஒரு நாள் மானேஜரா நடிக்கறேனே- உங்களை மிரட்டிண்டு திட்டிண்டு...

ரகு : உங்களுக்கு அந்த சான்ஸை first day before your retirement கொடுக்கறேன்... Ok...(ஜகந்நாதன் Exit)

கை : சரி, உன்னோட கல்யாண விஷயத்துக்கு வரு வோம்.

ரகு : ஏண்டா... எனக்கு அல்சர் வந்துருக்குன்னா எனக்கு எங்கப்பா எப்படி கல்யாணம் பண்ணி வைப்பாங்க ளோ...

கை : கேளு... டாக்டர் உனக்கு அல்சர் அது இதுன்னு சொன்னவுடனே உங்கப்பனை நான் புடிச்சுப்பேன்... சார் உங்க பையனுக்கு ஏன் அல்சர் வந்தது- வேளா வேளைக்கு சாப்பிடாததனால, அவனுக்கு வேளா வேளைக்கு சமைச்சிப் போட்டு அவனை கவனிச்சுக்க ஒரு துணை இல்லை. இப்படி சாப் பாடு problemத்தை Exaggerate பண்ணி உனக்கு ஒரு துணை - அதாவது wife-தேவைன்னு நாசூக்கா சொல்லிடுவேன்.

ரகு : பாத்துடா, ரொம்ப நாசூக்கா சொல்லிடாதே... அப்பறம் எங்க அப்பன் எங்கையான எனக்கு ஒரு சமையல்காரியை கட்டி வைச்சுட போறார்...

(திரை)

காட்சி 3

ரகுபதி வீடு

(கட்டில்... அதனருகில் டீப்பாய். டீப்பாயில் மருந்துப் பாட்டில்கள்)

(ரகுபதி மருந்துப் பாட்டிலை டீப்பாய்மீது வைக்க, கைலாசம் Entry)

ரகு : வாடா...

கை : சாரி... கொஞ்சம் லேட்டாயித்து. உங்கப்பா அம்மா எப்போ வரா...

ரகு : Train Stationக்கு 7.30க்கு வரது... ஐயங்காரை Stationக்கு அனுப்பிருக்கேன்.

கை : என்னடாது டேபிள்ளே இவ்வளவு காலி மருந்து பாட்டில்...

ரகு : கடந்த ஒரு மாசமா அல்சர் குணமாக நான் சாப் பிட்ட மருந்துகள்... இதை பாத்து எங்கப்பாவும் அம்மாவும் அரண்டு போயிடணும்... எப்படி நம்ம set up...

கை : அதுக்குன்னு இவ்வளவு மருந்தா... உனக்கு வந்துருக்கறது அல்சரா இல்லே கான்சரா...

ரகு : Infact...oxygen cylinderக்கு try பண்ணேன் கிடைக்கலை. கிடைச்சிருந்தா அதையும் மூக்குல சொருகிண்டு சோகத்தோட உச்சகட்டத்துகே போயிருக்கலாம்.

கை : இவ்வளவு பண்ணியே பைத்தியக்காரா... Shave பண்ணாம இருக்கக் கூடாது... பளபளன்னு Shave பண்ணிண்டு நிக்கிறியே... உனக்கு அல்சர்னா உங்கப்பா நம்புவாரா...

ரகு : டாக்டர் யாரு நம்ம ஜகந்நாதன்தானே? ரகுபதிக்கு முகத்தை தவிர மீதி எல்லா இடத்துலேயும் அல்சர்ன்னு சொல்லிப்புட்டா போவுது... பைதிபை

அல்சர்னா actualஆ என்னடா... அன்னிக்கே உன்கிட்ட கேட்கணுமுன்னு இருந்தேன்...

கை : அல்சர்ங்கறது வயிறு சம்பந்தப்பட்ட ஒரு வியாதி... ரொம்ப பயங்கர அல்சர் வந்துட்டா எது சாப் பிட்டாலும் வயித்த வலிக்கும்...

ரகு : கைலாசம், அப்ப இந்த அல்சரே வேணாமே...

கை : ஏன்...

ரகு : மனுஷனுக்கு எது வந்தாலும் இந்த வயித்து வலி மட்டும் வரக்கூடாதுடாப்பா... நான் சொல்றதை கேளு - எங்கப்பா அம்மாகிட்ட வேற ஏதாவது வயிறு சம்பந்தமில்லாத வியாதியா சொல்லலாமே...

கை : பேசாம இருடா... ஏற்கனவே நான் ஜகந்நாதனுக்கு training கொடுத்துருக்கேன். அல்சர்னா என்ன... அதுக்கு என்னென்ன மருந்து சாப்பிடணும்னு... இப்படி கடைசி நிமிஷத்துலே நீ வியாதியை டயாபடீஸ்ன்னு மாத்தினேன்னு வச்சுக்கோ, அப்பறம் டயாபடீஸ்க்கு என்னென்ன மருந்துன்னு அவருக்குச் சொல்லணும்... இப்படி மாத்திண்டே இருந்தா அப்பறம் எது எதுக்குங்கற குழப்பத்துல உங்கப்பன் கிட்ட உன் பையனுக்கு வந்துருக்கறது டயபடீஸ் - அது குணமாக காலையும் மாலையும் இந்த மருந்தை வயத்துல தடவுங்கோன்னு 'பர்னால்' prescribe பண்ணிவைக்கும். ஏன்னா நான் உங்கப்பாக்கு எழுதின லெட்டர்ல உனக்கு chronic அல்சர்னுதான் எழுதியிருக்கேன். ஆமாம்... மணி ஆயிடுச்சு, ஜகந்நாதன் எங்க காணும்?

ரகு : 7 மணிக்கே வர்றேன்னுது... ஆளையே காணும்... எங்கப்பா அம்மா வர டயமாச்சு... காலிங் பெல் சத்தம் - அய்யோ அவா வந்தாச்சு போலருக்கே... இந்த ஜகந்நாதனை காணுமே... இப்ப என்னடா பண்றது...

கை : நீ போய் படு... நான் சமாளிக்கறேன்... டாக்டர் வந்து சொல்லிட்டு போனதா உங்கப்பா அம்மாகிட்ட சொல்லி... சரி... சரி... சீக்கிரம் போய் நீ படுடா...

எழவு. (ஒரு கட்டிலில் திரும்பி படுத்து)

(Kailasam Entry with Dr. Jegannathan)

ரகு : (வயிற்று வலியால் முனகுகிறான்) அய்யோ வயித்து வலி தாளலையே... அம்மா... அப்பா...

கை : ஏ...சீ... எழுந்திரு... யார் வந்துருக்கறது பாரு...

ரகு : (திரும்பி...) கர்மம்... நீரா... ஏன் ஓய் லேட்டு...

ஜக : நீங்க பாட்டுக்கு டாக்டரா நடின்னு சொல்லிட்டேள்... டாக்டர்ன்னா Equipments வேணாமா... அதெல்லாம் சேகரிக்க டயமாயிடுத்து... ஸ்டெதஸ்கோப், டாக்டர் கிட் எல்லாம் நேத்தியே கிடைச்சுடுத்து... இந்த தர்மாமீட்டருக்குத்தான் காலைலேந்து அலையா அலைஞ்சு வாங்கிண்டு வந்தேன்...

ரகு : லூசா இருக்கீரே... எனக்கு வந்துருக்கறது அல்சர்... அல்சருக்கு எதுக்கு ஓய் தர்மாமீட்டர்...

ஜக : ஆமாம்... நீங்க பாட்டுக்கு உங்கப்பா அம்மா எதிர்ல அல்சர்னு சொல்ல சொல்லிட்டேள்... அது போறுமா... உமக்கு எந்த எடத்துல அல்சர்னு சொல்ல வேணாமா... நான் பாட்டுக்கு உங்க அப்பா கிட்ட உம்ம பையனுக்கு வயத்துல அல்சர்னு உளறி வச்சேன்னா எல்லா planனும் அவுட்...

ரகு : ஏண்டா கைலாசம்... ஒரு விசேஷம் கவனிச்சியா... இது உளறினா Correctஆ இருக்கு...

ஜக : இப்ப நான் என்ன சொல்றேன்னா... உமக்கு தொண்டையில அல்சர்... தர்மாமீட்டரை வச்சிப் பார்த்தேன், தெரிஞ்சுது... எப்படி?

ரகு : அய்யோ... தர்மாமீட்டர்லே Temperatureதான் ஓய் தெரியும் - வியாதி பேர்லாம் தெரியாது... இந்த ஆள் உளறி காரியத்தை கெடுக்கப் போறான்...

ஜக : அதெல்லாம் பயப்படாதேள்... பிரமாதமா நடிக்க றேன். என் நடிப்பை பாத்து அசந்து போய் உங்கப்பா இன்னிக்கே உமக்கு பெண் பார்க்க கிளம்புறாரா இல்லியா பாரும்... அப்பறம் கைலாசம், வரவழில

உம்ம wifeஐ பார்த்தேன், காலையிலே உம்மகிட்ட கிளம்புறச்சே ஏதோ லெட்டர் கொடுத்து post பண்ண சொன்னாளாமே... நீர் அவசரத்துல வாங்கி பாக்கெட்டுல போட்டுண்டீராமே...

கை : ஆமாமாம்... தோ இருக்கு... post பண்ண சொன்னா... என்ன லெட்டர் யாருக்கு லெட்டர்னு கூட கேட்காம டயமாச்சுன்னு கிளம்பிட்டேன்.

ஜக : மொதல்ல அதை post பண்ணும், அது வேற எந்த லெட்டரும் இல்ல. 4 நாள் முன்னாடி நீர் என்கிட்ட கொடுத்து post பண்ண சொன்னீரே, அதான்...

கை : (பார்த்து) அய்யய்யோ... டேய் ரகு... உங்க அப்பா வுக்கு நான் எழுதின லெட்டர் - உம்ம கிட்டன்னா கொடுத்தேன்? இது எப்படி ஓய் என்கிட்ட வந்தது?

ஜக : அது பெரிய கதை... நீர் என்கிட்ட கொடுத்ீரா post பண்ண சொல்லி...வீட்டுல Guest வந்துட்டாள்னு எம் பையன் கிட்ட கொடுத்து post பண்ண சொன் னேன். அந்த பய காலேஜுக்கு டயமாச்சுன்னு என் wife கிட்ட கொடுத்துருக்கான். என் wife உம்ம wifeஐ மார்க்கெட்டுல பாத்து அவகிட்ட post பண்ண சொல்லிருக்காள். உம்ம wife உங்களுக்கு ஏன் சிரமம் நான் பண்ணிடுறேன்னு வாங்கிண்டுருக்கா... உம்ம wife கிட்ட ஒரு நாள் Delay ஆயி அது கடைசியில உம்ம கிட்டேயே வந்துடுத்து...

கை : Postal Delay 2 நாள் ஆகுமேன்னு 3 நாள் முன்னாடி எழுதி உம்ம கிட்ட கொடுத்தா இப்படி posting Delayஏ ஆக்கிப்புட்டீரே...

ரகு : அதான் எங்கப்பா எனக்கு நான் இன்னிக்கு 7.30 மணி trainல வரேன்கற லெட்டர்ல என் அல்சரை பத்தி mention பண்ணாம எழுதியிருக்காரா... நல்ல வேளை அவராவே ஏதோ காரியமா Madras வந்தாரோ பொழைச்சேன்... ஒரு காரியம் பண்ண துப்பில்லை ஓய்... டேய் கைலாசம், நம்ப அப்ப இன்னும் Betterஆ act பண்ணணும்... atleast இந்த லெட்டர் போய் சேர்ந்திருந்தா அவாளுக்கு

என் அல்சர் பத்தி ஒரு Ideaவோட வருவா... நாம அதை பெரிசு படுத்திடலாம்... இப்போ இத்தால அதுவும் போச்சு...

கை : கவலைப்படாத... சமாளிக்கலாம்... ஓய், நீர்தான் சொதப்பாம நடியும்...

ரகு : அது என்னடா...

கை : ஆல்பம்... பொண்ணுங்களோட ஜாதகமும், அதுகளோட போட்டோவும் இருக்கு... உங்கப்பன் slightடா பிடி கொடுத்தா கூட போதும்... இதுல ஏதாவது ஒண்ணை Select பண்ணிடலாம்... பாக்கறியா... அவா வரதுக்குள்ள ஒரு பொண்ணை Select பண்ணி வச்சுடறேன்.

ரகு : என்னடா அவ்வளவு அவசரம்... 34 வருஷம் பொறுத்தேன். நிதானமா ஆல்பத்தை பார்ப்போம்... எதுக்கும் இப்பத்திக்கு ஒரு Glance பார்ப்போம்... இந்த பொண்ணு போட்டோ நல்லாயிருக்குடா... லக்ஷணமா மகாலக்ஷ்மி மாதிரி இருக்கு.

கை : மகாலெட்சுமியேதான். முண்டம் 4 கை இருக்கே... பாத்தா தெரியலை? முதல் பக்கத்துலே சுவாமி படம் இருக்கட்டுமேன்னு மகாலக்ஷ்மி படம் ஒட்டினேன்...

ஜக : மகாலக்ஷ்மியெல்லாம் கல்யாணம் பண்ணிக்க முடியாது. விஷ்ணு கோச்சுப்பார்... *(காலிங் பெல் சத்தம்)*

ரகு : டேய் அவாதான் போலிருக்கு... நீ போய் கதவை திற... யோவ் ஜகந்நாதன் மசமசன்னு நிக்கிறீரே... டாக்டரா லக்ஷணமா என்னை check பண்ற மாதிரி உட்காரும். *(ரகு கட்டிலில் படுக்கிறான்; அவனுடைய அப்பா சபாபதியும் அம்மா மங்களமும் வருகிறார்கள்.)*

மங் : *(கைலாசம் அழுதுகொண்டே வர)* அழாதப்பா... அழாத... விஷயத்தை சொல்லு... டேய் ஐயங்கார் யார்டா இது... ஏன் அழறான்...

ஐய : ரகுவோட friend கைலாசம் மாமி...

சபாபதி : உனக்கு என்னடா ஆச்சு ஐயங்கார்... என்னமோ விட்டு விட்டு Instalmentல பேசற...

ஐய : துக்கம் தொண்டைய அடைக்குது சார்... *(ஐயங்கார் அழுகிறார்.)*

சபா : இது என்னடி மங்களம் உபத்திரவமா போச்சு. ஏதோ சார்தான் வாசல்ல நம்பளை பாத்ததுலேந்து அழ ஆரம்மிச்சார்னா... டாக்ஸில வரச்சே நன்னா தான் இருந்தான் ஐயங்கார் - திடீர்னு இவனும் சோகமா மாறிட்டானே... இந்த வீட்டுல என்னமோ நடக்குது... ரகு எங்கப்பா...

கை : சார்... அதை நான் என் வாயால எப்படி சார் சொல்லுவேன்... *(தேம்பி, தேம்பி அழுகிறான்)* ரகுபதிக்கு... ரகுபதிக்கு...

மங் : *(பதறி)* ரகுவுக்கு என்னாச்சு? ஏன்னா அங்க பாருங்க டாக்டர்...

(இருவரும் கட்டிலருகில் போய்...)

மங் : அய்யய்யோ ரகு... ஏன்னா நம்ம பையனுக்கு என்னாச்சு...

ஜக : உஷ்... சித்த சத்தம் போடாம இருக்கீங்களா... நான் தான் டாக்டர் ஜகந்நாதன் *(இருவரும் ஸதம்பித்து பார்க்கின்றனர்)* என்னடா பாத்தா டாக்டர் மாதிரி இல்லியே, ஏதோ கம்பெனிக்கு மானேஜர் மாதிரி இருக்கேன்னு பாக்கறீங்களா...

ரகு : கைலாசம்... மொதல்ல சொல்ல வேண்டியதை சொல்லிட்டு இந்த டாக்டரை எடத்தை காலி பண்ணச் சொல்லுடா...

ஜக : ரகு... நீ அப்படியே சாஞ்சு படுத்துக்கப்பா. எனக்கு எல்லாம் தெரியும் சார்... I promise you I am Dr. Jeganathan...என்ன இன்னும் நம்பிக்கை வரலியா... தெரியும்... அதான் ஸ்டெதஸ்கோப் தர்மாமீட்டர் எல்லாம் கொண்டு வந்துருக்கேன்... ஏம்பா ரகு

அப்ப நான் வர டயமாச்சுன்னு கத்துனீங்களே... இப்ப இதெல்லாம் கொண்டு வந்தது எவ்வளவு சௌகரியமாயிருக்கு பாத்தியா...

சபா : கைலாசம்... யார்யா இந்த டாக்டர், சுத்த கிராக்கா இருக்கான்.

மங் : ஏன்னா... நம்ம ரகுவுக்கு என்னாச்சுன்னு கேளுங்கோ...

கை : அது வந்து மாமி... ரகுவுக்கு என்னன்னா...

ஜக : கைலாசம்...No...No... you are deviating from the original Plan. குறுக்க பூறப்படாது. நான்தான் மொதல்ல பேசணும்... ஏங்க ரகுபதி am I correct... சார், உங்க பையன் ரகுவுக்கு என்னாச்சுன்னா...

சபா : ரகுவுக்கு என்னாச்சுங்கறது இருக்கட்டும்... மொதல்ல உமக்கென்னாச்சு சொல்லும்... ஓய்... உம்ம உளறல் சகிக்கலையே! ரகு, என்னடா ஜுரம் உனக்கு... சொல்லுடா...

ரகு : அப்பா... மொதல்ல டாக்டரை கேளுங்கோ எனக்கு என்னன்னு... ஏன்னா நான் ஒண்ணு சொல்ல அவர் ஒண்ணு சொல்ல... முதல்ல அவர் சொல்லிட்டா அப்பறம் அதை Base பண்ணி furtherஆ நாங்க prove பண்ணிடலாம்.

சபா : யோவ்... டாக்டர்... சொல்லித் தொலையேன் - என் பையனுக்கு என்ன...

ஜக : one second... ரகு... ஆ... காட்டு - (தர்மாமீட்டரை வைக்கிறார்)வாயை மூடிக்கோ... So கொஞ்ச நேரம் Temparature பாத்துடறேன்...

கை : டாக்டர்... Temparature பாக்கறது இருக்கவே இருக்கு... வியாதி பேர் என்னன்னு சொல்லுங்களேன்... ரகுபதியோட அப்பா கேக்கறார் இல்ல...

சபா : அது ஏன் கைலாசம் இந்த டாக்டர் இப்படி வியாதி பேரை சொல்லாம அடம் புடிக்கிறார்...

கை : என்ன எழவோ... மறந்து கிறந்து தொலைச்சுடுத் தோ என்னமோ...

ஜக : இருப்பா... அவசரப்படாதீங்க... எல்லாம் எனக்கு தெரியும்... ரகு வாயை திற (தர்மாமீட்டரை உதறி Temperature பார்க்கிறார்) My God...104 Degree ஜுரம் - hundred and five.

மங் : 104 டிகிரியா... ரகு கண்ணா, என்னடா ஆச்சு உனக்கு...

ரகு : இரும்மா, டாக்டரே சொல்லுவார்...

சபா : டாக்டர்... தர்மாமீட்டரை இப்படி குடும்... நான் பார்க்கிறேன்...

ஜக : நீர் கையை வுடும்... நீர் பாட்டுக்கு கீழே போட்டு உடைச்சு வச்சீர்னா... சொந்தக்காரனுக்கு எவன் பதில் சொல்றது ? யார் கிட்டேயும் தரமாட்டேன்னு அந்த ஆள் கிட்ட Promise பண்ணி வாங்கிட்டு வந்துருக்கேன்...

சபா : அப்ப இது உம்ம சொந்த தர்மாமீட்டர் இல்லையா...

ரகு : இல்லபா... இவருக்கு practice அவ்வளவா கிடையாது... So இந்த தர்மாமீட்டர், ஸ்டெதஸ் கோப் இதல்லாம் வச்சுகறது இல்லே... எப்பவாவது தேவையாயிருந்தா friend டாக்டர் இருக்கார்... அவர் கிட்டேர்ந்து வாங்கிண்டு வருவார்... கொஞ்சம் Aged man... மறதி ஜாஸ்தி... அதான் இப்படி...

சபா : டாகடர்... நீர் இன்னும் வியாதி பேரையே சொல்ல லையே...

ஜக : அது... என்ன வியாதின்னு தெரிஞ்சிடுத்து - But பேர் சட்னு ஞாபகத்துக்கு வர மாட்டேங்குது...

ரகு : முருகா... என்னை காப்பாத்துடா...

ஜக : ரகு... தைரியமா இரு... நான் உன்னை காப்பாத்து றேன்... சார், நீங்க உங்களுக்கு தெரிஞ்ச வியாதி பேர்லாம் சொல்லிண்டு வாங்க... நான் நிறுத்துங் கறச்சே நிறுத்திடுங்க...

சபா : ரகு... துளிகூட சரியில்ல இந்தாள்... மொதல்ல நீ டாக்டரை மாத்து...

மங் : அய்யோ... டாக்டருக்கே வியாதி பேரு தெரியலை. ஏன்னா, ரகுவுக்கு அப்படி என்ன பயங்கரமான வியாதி... எனக்கு வயித்தை புரட்டுறதே...

ஜக : என்ன சொன்னேள்... வயத்தை புரட்டறது... வயிறு Yes... ரகுக்கு வந்துருக்கறது வயிறு சம்பந்தப்பட்ட ஒரு வியாதி.

ரகு : ஏன் டாக்டர் ஒரு வேளை அல்சரா இருக்குமோ!

ஜக : அல்சரேதான்... அல்சரேதான்... அதான்...

ரகு : நல்ல டாக்டர் ... But நம்ம clue கொடுத்தா... டக்குன்னு புரிஞ்சுப்பார்...

சபா : ஏண்டா ரகு... 6 மாசம் முன்னாடி கல்யாணத்துல பாத்த போது கூட நன்னாதானே இருந்த... திடீர்னு எப்படி அல்சர்...

மங் : அதானே... நானே இவர்கிட்ட என் கடைசி பொண் கல்யாணத்து போது சொன்னேன். நம்ப ரகு அன்னிக்கு பார்த்தா மாதிரி குழந்தையாவே இருக்கான்னு...

கை : குழந்தையா... ரகுபதிக்கு 34 வயசாச்சு...

ரகு : ஆமாம்பா... ரகுபதிக்கு 34 வயசாகிறது.

மங் : 34 வயசா... இப்பதான் விஜயா கல்யாணத்தின் போது ரகுவுக்கு பூநூல் போட்டோம்... அதுக்குள்ள 34 வயசாச்சா? நெனைச்சா சிரிப்பா வருது இல்ல...

ரகு : அதில்லம்மா... பூநூல் எனக்கு நீ கொஞ்சம் லேட்டா தான் போட்டே - சாஸ்திரிகள் கூட சொன்னார்... கல்யாணம் பண்ற வயசுல பூநூலான்னு...

கை : உங்க பையனை இப்படியே விட்டேள், அல்சர் என்ன... கான்சர் வந்தா கூட ஆச்சரியப்படறதுக்கு இல்லை...

மங் : ஆமாம்... இப்ப பையனுக்கு என்ன குறை...

கை : என்ன குறையா... பொறுப்புதான், வேற என்ன... ஏன் அல்சர் வந்தது? ஒரு நாளைப் போல ஊரை

சுத்திட்டு ராத்திரி 12,1ன்னு வந்து படுக்கறது... சனி, ஞாயிறுன்னா மத்யானம் 2,3க்கு எழுந்துறக்கறது, வேளை கெட்ட வேளையிலே சாப்பாடு... இது போறாதா அல்சர் வர்றத்துக்கு...

மங் : அதான் ஐயங்கார் இருக்கானே, வேளா வேளைக்கு சமைச்சுப் போட... டேய் ஐயங்கார், இங்கே வாடா...

ஐய : என்ன மாமி...

மங் : ஏண்டா... ரகுவை ஒழுங்கா பாத்துக்கத்தானே ஒன்னை சம்பளம் கொடுத்து வச்சுருக்கு... நீ அவனை இப்படி அல்சர்ல... கொணாந்து விட்டுருக்கியே...

ஐய : அதில்லை மாமி... என் சமையல் உங்க பையனுக்கு ஒத்துக்கலை. நான் ஏதோ எனக்கு தெரிஞ்சதை சமைச்சு போடறேன் - Hotel சாப்பாட்டை விட கொஞ்சம் Betterஆ இருக்கும்... என்ன இருந்தாலும் நான் ஆம்பிளைதானே... என் சமையல் சுமாராத்தான் இருக்கும்...

சபா : என்ன ஆம்பளைக்கு சமைக்கத் தெரியாதா... ஊருல கல்யாணம் கார்த்திகைக்கு சமைக்கறவங்க எல்லாருமே ஆம்பளைங்கதானே?

ஐய : என்ன இருந்தாலும் வீட்டு சமையல் பொம்பளை சமைச்சாதான் ருசி...

சபா : அப்ப ஒரு சமையக்காரியை வச்சிக்க வேண்டியது தானே?

ரகு : சமையல்காரியை வச்சுக்கறதா... அசிங்கமெல்லாம் பேசாதப்பா... உனக்கு ஒரு எழவும் புரியாது... ஒரு சமையக்காரியை நான் கல்யாணம் பண்ணிண்டா நம்ம குடும்பம் கௌரவம் என்னாறது...

சபா : உன்ன யாருடா சமையக்காரியை கல்யாணம் பண்ணிக்க சொன்னா? 60,65 வயசுல எவ்வள வோ பாட்டிகள் இருக்காளே சமைச்சு போட...

ரகு : கைலாசம் விட்டுடுடா, என் கஷ்டம் ஒண்ணும் இவருக்கு புரியற மாதிரியே தெரியலை...

ஐய : சமைச்சு போட்டுட்டா போதுமா சார்... வேளா வேளைக்கு இவரை எழுப்பி ஆபீசுக்கு அனுப்பி... சாயங்காலம் இவரை சிரிச்ச முகத்தோடு வரவேற்று... அட எப்பவாவது இவர் சினிமா பீச் போனா கூடவே போயிட்டுவர அப்படி ஒருத்தி...

சபா : அந்த மாதிரில்லாம் சமையல்காரி கிடைக்கறது கஷ்டம்...

மங் : டாக்டர்... விடுங்க... ரகுவுக்கு அல்சருக்கு மருந்து கொடுத்துண்டுருக்கேளா...

ஜக : தோ பாருங்கோ... ரகுவோட அல்சருக்கு ஒரே ஒரு மருந்துதான் இருக்கு... அது உங்க கைலதான் இருக்கு...

சபா : பாத்தியா மங்களம்... நாம எவ்வளவு ஆசையா madras வந்தோம்... கடைசில இது பிரம்மஹத்தி அல்சர் வரவழைச்சிண்டு நிக்கறது...

மங் : நீங்க அவாகிட்ட எப்ப வர்றேன்னு சொல்லிருக்கேள்...?

சபா : வர ஞாயிற்றுக்கிழமை - அதாவது நாளான்னிக்கு. அவா எல்லா preparation பண்ணிருப்பா. இப்ப போய் அவாகிட்ட ரகுவுக்கு அல்சர், நடமாட கூட முடியலன்னா சொல்றது... ம்... நம்ம ரகு கொடுத்து வச்சது அவ்வளவுதான்...

ரகு : என்னப்பா சொல்றே...

மங் : போனா போறது விடுங்கன்னா. இப்ப ரகு இருக்குற நிலமைக்கு அவனால நடக்கக் கூட முடியாது. அவன் உடம்பு குணமாகட்டும், நீங்க இன்னிக்கு அவா வீட்டுக்கு போயி வரலேன்னு சொல்லிட்டு வாங்கோ...

ரகு : நீ என்னம்மா சொல்றே...

மங் : ஏண்டா, இத்தனை நாளா கல்லாட்டமா இருந்தே... இப்ப இப்படி கல்யாணமுன்னு வர்றச்சே அல்சரை வரவழைச்சிண்டு நிக்கறியே...

ரகு : அம்மா... கல்யாணமா? யாருக்கு?

சபா : மடையா... உனக்குத் தாண்டா... உனக்கு பொண்ணு பாத்து வச்சிருந்தோம்... என்னோட Classmate விஸ்வநாதனோட ஒரே Daughter ஜானகின்னு பேர்... எப்படி இருப்பா தெரியுமா... பறக்கத் தெரியாது... கொத்தத் தெரியாதே தவிர மத்தபடி கிளிதான் போயேன்...

மங் : சரி, இனிமே என்ன அதப் பத்தி பேச்சு... அதான் இல்லேன்னு ஆயிடுத்தே... ரகு உடம்பை பாத்துக்கோ... நாங்க நாளைக்கு ஊருக்குக் கிளம்பறோம்... குணமானவுடனே எழுதிப் போடு. உன் கல்யாண விஷயமா நாங்க அலையறத்துக்கு என்ன...

ரகு : இல்லேம்மா... இது சாதாரண அல்சர்தான், ஒண்ணும் பெரிசில்லை...

கை : ஆமாம் மாமி... அல்சர் என்ன, வரும் போகும்... நீங்க Plan பண்ணபடி வர ஞாயிற்றுக் கிழமை போய் அந்தப் பொண்ணே பாத்துட்டு வாங்கோ...

சபா : நீ சொல்றே... ஆனா டாக்டர் Chronicஅல்சர்னு சொல்றாரே...

ரகு : அப்படில்லாம் சொல்ல மாட்டாரே... ஏன் டாக்டர் இந்த நிலையில் நான் பொண்ணு பாக்க போகக் கூடாது...?

ஜக : தாராளமா போகலாம்... Infact ஏதோ ஞாபகத்துல அல்சர்னு சொல்லிட்டேனே தவிர இப்ப யோசிச்சு பாத்தாதான் தெரியுது இது அல்சரே இல்லேன்னு...

மங் : வேற என்ன?

ஜக : வேற என்ன... ரகுவுக்கு இருந்தா அல்சர்... இல்லேன்னா வேற எதுவும் இல்லை... He is completely alright...

சபா : இருந்தாலும் எதுக்கும் ஒரு 4, 5 மாசம் போகட்டும்... மங்களம், நீ வேணா இங்க இருந்து ரகுவுக்கு சமைச்சுப் போடு, நான் ஊருக்குப் போறேன்... கொஞ்ச நாளைக்கு நான் ஒரு சமையல்காரியை வச்சுக்கிறேன்.

ரகு : அய்யோ... அப்பா, எனக்கு அல்சரே இல்லை...

சபா : என்னடா விளையாடுறீங்க... 5 நிமிஷம் முன்னாடி அல்சர் அது இதுன்னு அமர்க்களப்படுத்துனீங்க... இப்ப இல்லேங்கற...

ரகு : ஆமாம், 5 நிமிஷம் முன்னாடி நீ ஒரு எழவும் சரியாவே சொல்லலை... அதான்...

கை : இப்ப சொல்றேன் கேட்டுக்குங்க... ரகுபதிக்கு அல்சரும் இல்லை... ஒண்ணும் இல்லை... இதோ இவர் நிஜமான டாக்டரும் இல்லை... ஒரு Drama set up பண்ணினோம்... நாங்களே...

சபா : ஏண்டா இவ்வளவு சிரமப்பட்டு பண்ணீங்க... ஒரு நல்ல ஆளை டாக்டரா போடக்கூடாது...

ரகு : இவர் யாருன்னு நினைச்சே... எங்க கம்பெனி மானேஜர்...

சபா : மானேஜரா... ஏன் ஓய் இவாதான் கூப்பிட்டான்னா நீரும் வந்துடறதா... After all ரெண்டு பேரும் குமாஸ்தாங்க... இப்படி இவாளுக்கு சரியா வந்து நின்னா ஆபீஸ்ல உமக்கு எப்படி ஓய் கௌரவம் இருக்கும்?

ஜக : இப்ப மட்டும் என்ன வாழறது கௌரவம்...?

ரகு : அப்பா... மானேஜர் ரொம்ப நல்லவர். நாங்க நில்லுன்னா நிப்பார், உட்காருன்னா உட்காருவார்...

சபா : அதெப்படி...

ரகு : அது ஒரு பெரிய கதை... இவர் எங்க Sales Officeல...

ஐயங் : நான் சொல்றேன்... நான் சொல்றேன்... இவா ஆபீஸ் Sales Office...

ஜக : Please வாணாமே... இவருக்கும் தெரியணுமா...?

(திரை)

காட்சி 4

விஸ்வநாதன் வீடு

விஸ்வ : வாங்கோ!... வாடா சபாபதி வா... ஏண்டா லேட்டு? இன்னும் 1/2 hourல ராகுகாலம் வந்துடப் போற தேன்னு பயந்துண்டுருந்தேன்; நல்ல வேளை நீ வந்துட்டே...

சபா : பாத்தியா மங்களம்... விஸ்வநாதன் அப்ப என் கூட Schoolல படிக்கச்சே எப்படி இருந்தானோ அப்படியே இருக்கான் - துளி கூட மாறலே...

கை : Correct Sir... சில பேர் என்னதான் Position வந்தாலும்... அனாவசியமா தாட்பூட்னு குதிக்காம அப்படியே மாறாம இருப்பா... சார் அந்த டைப் போலருக்கு...

சபா : நீ வேற... நான் அதை சொல்லலை... விசு அன்னைக்கு Schoolல பாக்கச்சே எப்படி அசடா இருந்தானோ அதே அசட்டுத்தனத்தை இன்னும் விடாப்பிடியா Maintain பண்றான். He is Kailasam, எம் பையனோட Close friend.

விஸ் : நமஸ்காரம்...

சபா : இதான் ஐயங்கார் - என் பையனுக்கு இத்தனை நாளா சமைச்சுப் போட்டுண்டுருந்தார்... பைய னோட கல்யாணத்துக்கு Main reasonஏ இவர் சமையல்தான்...

சபா : இது யார் தெரியுதா?

விஸ் : தெரியலை... இருந்தாலும் ஜாடைய வச்சு ஊகிக்க முடியறது.

சபா : யாரு சொல்லு பார்ப்போம்.

விஸ் : பையனோட மாமாதானே? உன் கல்யாணத்து போதே பாத்தேனே? உன் மனைவி ஜாடை அப் படியே இருக்கு... ஏண்டா பையனை அழைச்சுண்டு வரலையா...?

சபா : (தனியே இழுத்து) இவன்தாண்டா பையன். தோ பார் எம் பையனுக்கு 34 வயசாறது, நான் மறைக்கல... ஏதோ நீ என் குடும்பத்துல சம்பந்தம் பண்ணிக்க ஆசைப்பட்டதால அழைச்சிண்டு வந் தேன். இப்படி அசட்டு பிசட்டுன்னு பேசி, என் மானத்தை வாங்கறதா இருந்தா சொல்லு... நான் இப்படியே போயிடறேன். பாவம் என் பையன் மூஞ்சி என்னமோ மாதிரி ஆயிடுத்து பார்...

விஸ் : டே சீ... ஏதோ தெரியாம உளறிட்டேன் - அதுக்குப் போய் இப்படி கோச்சுக்கறியே... அது வந்து (ரகுவிடம்) நீங்க பாக்க ரொம்ப youngஆ இருக் கேள்... ஒரு 20, 22 வயசு மதிக்கற மாதிரி. So நான் தப்பா உங்களை உங்கம்மாவோட Brotherனு சொல்லிட்டேன். சாரி... ஹி...ஹி... நீங்க எங்க வேலை பாக்கறேள்...

சபா : பரவால்லடா விசு... என் பையன் கை நிறைய சம்பாதிக்கறான். என்ன ரகு...?

ரகு : ம்...சம்பளத்த சில்லறையா மாத்தினா கை நெறய வரும்...

விஸ் : எது எப்படி இருந்தா என்ன... தெரிஞ்சவா வீட்டுல எம் பொண்ணை கொடுக்கறேன், அது போதும் எனக்கு...

மங் : பொண்ணை கூப்பிடறேளா... பையனும் பாத்துடட்டும்...

விஸ் : ஆகா... தாராளமா... ஜானகி... வாம்மா...வா... (ஜானகி வருகிறாள்) வா... பெரியவாளுக்கெல்லாம் நமஸ்காரம் பண்ணும்மா...

சபா : ஏண்டா... அனாவசியமா குழந்தையை சிரமப் படுத்தறே? அதல்லாம் ஒண்ணும் வேணாம்... எதுக்கு இந்த formalities?

மங் : ஜானகி... நீ என்னம்மா படிச்சிருக்கே...

ஜானகி : P.U.C...

விஸ் : நான்தான் போறும்னு அதோட நிறுத்திட்டேன்.

என்ன படிச்சு என்ன... கடைசில கரண்டியைத்தானே புடிக்கணும்?

சபா : போடா பைத்தியக்காரா... மேலே படிக்க வக்கிறது தானே... இந்த காலத்துல எத்தனையோ பெண்கள் படிச்சுட்டு வேலைக்கு போய் சம்பாதிக்குது.

விஸ் : வேலைக்குப் போய் கெட்ட பேரைத்தான் சம் பாதிச்சுக்கறதுங்க. But ஜானகி படிச்சவரை பிரமாதமா படிச்சா... P.U.C.ல 2...3... Subjectல காலேஜ்லே First வந்து நெறைய Certificatesலாம் வாங்கினா...

சபா : என் பையன் ரகு B.Com. அவன் கூட B.Com Final yearல எதுக்கோ ஒரு certificate வாங்கினான்... எதுக்குடா ரகு அது...

ரகு : அது காலேஜ் விட்டு போறச்சே எல்லார்க்கும் தருவாப்பா - T.C.

விஸ் : பையனுக்கு என் பொண்ணை புடிச்சிருக்கா? வாயை தொறக்கலை...

சபா : அதெல்லாம்... ஒண்ணுமில்ல... தாலியை... கட்டுடான்னா கட்டிடுவான்...

விஸ் : Good... அப்பா சொல்லிட்டா பேச்சை தட்ட மாட்டாங்கறே...

சபா : ம்... நீ ஒண்ணு... அவன் பாவம் இதுக்காகத்தான்...

ரகு : அப்பா, சித்த வாயை பொத்திண்டு சும்மா இரேன்... வந்த எடத்துல...

விஸ் : சரி... வுடு... மாப்பிள்ளைக்கு வெட்கம் வந்துடுத்து... என் பொண்ணுக்கு அம்மா கிடையாது... ஜானகிக்கு ரெண்டு வயசு இருக்கும் போதே என் wife போயிட்டா. நீங்கதான் அவளுக்கு அம்மாவா இருந்து பாத்துக்கணும்...

மங் : கவலையை விடுங்கோ... ஜானகி இனிமே என் பொண்ணு மாதிரி.

விஸ் : ஜானகி... என்னதான் இவங்க அம்மா மாதிரி பழகினாலும்... உன் மாமியாருங்கறதை மறந்துடக்

கூடாது... பயபக்தியோட இருக்கணும். நானே என் பொண்ணை பத்தி பெருமையா சொல்லிக்கக் கூடாது. மகா சமத்து... டெய்லி காத்தால 5 மணிக்கு டான்னு எழுந்துடுவா... அவளுக்கு 7...8... வரைக்கும் தூங்கினால் பிடிக்காது... ரொம்ப punctual. ஒண்ணு சொன்னா அதை Keep up பண்ணுவா...

கை : பரவாயில்லை, ரகுவுக்கு சரியான ஜோடிதான்...

விஸ் : அப்ப கல்யாணத்தை எப்ப வச்சுக்கறது...

சபா : அடுத்த மாசமே வச்சுண்டுடலாம்...

விஸ் : என்ன மாப்பிள்ளை, அடுத்த மாசம் கல்யாணம் fix பண்ணா உமக்கு லீவு இருக்குமா...?

கை : நீர் ஏன் கவலைப்படறீர்... லீவு இல்லாட்டி என்ன? ரகுபதி இப்ப இருக்கற அவசரத்துக்கு வாலண்டரி ரிடையர்மெண்ட்டே வாங்கிண்டு வந்துடுவான் கல்யாணம் பண்ணிக்க.

ரகு : நான் வரேன் (exit)

விஸ் : இத பாரு, என் பொண்ணுக்கு ஜாதகத்துலே செவ்வாய் தோஷம் இருக்கு, மாமனாருக்கு ஆகாதும்பா... முன்னாடியே சொல்லிட்டேன்.

சபா : ஜாதகமாவது கீதகமாவது... என் ஜாதகப்படி எனக்கு புத்ரபாக்கியமே கிடையாதுன்னா, இதோ போறானே ரகு அவனையும் சேத்து எனக்கு 9 குழந்தைகள் - அவ்வளவு ஏன்? நான் என் பொண்டாட்டிய ஆசையா பாத்தேன்னா உடனே பிரசவம்தான்.

(திரை)

காட்சி 5

ரகுபதி வீடு

கௌசல்யா சுப்ரஜா ராம பூர்வா சந்த்யா ப்ரவர்த்ததே...

(ஜானகி தீபாராதனை தட்டை காண்பித்து விட்டு... போய் காபியோடு வந்து)

ஜானகி : *ஏன்னா... எத்தனை நாழி பல் தேப்பேள்... ஏதோ ஒரு நாள் அபூர்வமா சீக்கிரம் எழுந்துருக்கோமே... ஒரு நாளாவது ஆபீசுக்கு Correct டயத்துக்கு போவோமுன்னு இல்லாம இப்படி பல் தேக்கவே 3/4 மணி ஆக்கறேளே... (காபியை வைத்து விட்டு பார்த்தால் ரகுபதி சோபாவில் தூங்குகிறான்)*

ஜானகி : *அடக் கர்மமே... இங்கே வந்து படுத்துண்டேளா... ப்ளீஸ் எழுந்துருங்கோன்னா... மணி 8.00 ஆறது...*

ரகு : *தோ வர்றேன்... ஒரு 5 நிமிஷம்... நீ காபியை ஆத்தி முடியேன்... அது வரை தூங்கறேன்...*

ஜானகி : *இவ்வளவு தெளிவா பேசறேள்... அப்பறம் என்ன தூக்கம்... எழுந்துருக்க வேண்டியதுதானே... ப்ளீஸ் எழுந்துருங்கோ... (போர்வையை எடுக்கிறாள்)*

ரகு : *என்ன ஜானகி பிராணனை வாங்கற... விடிகார்த்தால 8.00 மணிக்கு எழுப்பி என் உயிரை வாங்கறியே... எனக்கு 9 மணிக்கு குறைஞ்சி எழுந்து பழக்க மில்லே... ஐயங்கார் என்னை 9 மணிக்குத்தான் எழுப்புவான்...*

ஜானகி : *ஐயங்கார்... ஐயங்கார்... ஐயங்கார்... எதுக்கெடுத் தாலும் ஐயங்கார்... பேசாம அவரையே கல்யாணம் பண்ணியிருக்க வேண்டியதுதானே...*

ரகு : *அதெப்படி முடியும்... பைத்தியம்... ஐயங்காருக்குத் தான் ஏற்கனவே கல்யாணம் ஆயிடுத்தே...*

ஜானகி : *அதெப்படின்னா உங்களால இப்படி தூங்க முடிய றது... எனக்கு 5 மணியானா டான்னு முழிப்பு வந்துடுது...*

ரகு : அது ஒண்ணும் பெரிய காரியமில்லே... எனக்கும் 5 மணிக்கு ஒரு வாட்டி முழிப்பு வரும்... உடனே தடால்ன்னு எழுந்துடப்படாது... கையை காலை மடக்கி சுகமா ஒரு சோம்பல் முறிச்சிட்டு காலுக்கு வச்சுண்ட தலைகாணியை தலைக்கும், தலைக்கு வச்சுண்ட தலைகாணியை காலுக்கும், மாத்தி எப்படி படுத்திருந்தமோ அதுக்கு எதிர் திசையிலே படுத்தோம்னா சுகமா தூக்கம் வரும். இது என் Experienceல நான் தெரிஞ்சுண்டது...

ஜானகி : சே... ஆனாலும் இப்படி ஒரு சோம்பேறித்தனம் கூடாது... தோ பாருங்கோ, நீங்க பாச்சுலரா இருக்கச்சே எப்படி வேணாலும் இருந்திருக்கலாம். இப்ப உங்களுக்கு கல்யாணமாயி... ஒரு மாச மாச்சு... இனிமே நீங்க பொறுப்பா இருக்கணும்...

ரகு : நமக்கு கல்யாணமாயி ஒரு மாசமாச்சா... நிமிஷமா ஓடிப் போனா மாதிரி இல்லை...

ஜானகி : ஏன் ஓடாது... இப்படி தூங்கிண்டே இருந்தா... எப்படித்தான் இப்படி ஒரு தூக்கம் வருதோ...

ரகு : உனக்கு தெரியாதுடா கண்ணா... நான் ஏன் இப்படி அசதியா தூங்கறேன் தெரியுமா... ஆபீஸ்ல பயங்கரமான வேலை, எங்க மானேஜர் இருக்கானே மகா முரடன்... அவனுக்கு பயந்துண்டு நான் நேத்தி மட்டும் ஒரு 30, 35 File Clear பண்ணிட்டு... 50 letter type அடிச்சுருக்கேன்... பெரு விரலை பேப்பர்ல வச்சால letter type விழுதுனா பார்த்துக் கோயேன் ஒரே அசதி...

ஜானகி : ஏன்னா அதே ஆபீஸ்லதான் கைலாசமும் வேலை பண்றார்... அவர் மட்டும் எப்படி டான்னு 9 மணிக்கு ரெடியா வந்துடறார்?

ரகு : நான் சொன்னேன்னு கைலாசம் கிட்ட கேட்க மாட்டியே?

ஜானகி : என்ன...

ரகு : பாவம் கைலாசத்துக்கு... இந்த நரம்பு தளர்ச்சி வியாதி உண்டு... அதனால அவனுக்கு சரியா

தூக்கமே கிடையாது பாவம்...அவன் கைல எப்பவும் ஒரு சாவி வச்சிருப்பான் பாத்துருப்பியே...

ஜானகி : ஆமாம்...

ரகு : ஏன்... அந்த சாவி இரும்பாலானது... சில சமயம் நரம்பு தளர்ச்சி ஜாஸ்தியாயி வலிப்புல கொண்டு விட்டுடும்... அதான்... But தயவு செய்து இதெல்லாம் அவன் கிட்ட கேட்டுடாத... காபியை கொடு...

ஜானகி : காபியா... முதல்ல போய் பல் தேச்சுட்டு வாங்கோ...

ரகு : உனக்கு தெரியாதா... நான் எப்பவும் Bed coffee சாப்பிட்டுத்தான் வழக்கம்...

ஜானகி : ஆமாம்... பெட் காபி... அதெல்லாம் முடியாது... போய் பல் தேய்ச்சுட்டு வாங்கோ. காபியை சுட வச்சு தர்றேன்... *(Exit)*

ரகு : தலையெழுத்து... ஐயங்கார், நீ எங்கடா போய் சேந்தே... என் நிலமையை பாத்தியா... *(பல் தேய்க்க போகிறான்...)* ஜானகி, பிரஷ் எங்க இருக்கு *(உள்ளிருந்து குரல்...)*

ஜானகி : Bath Roomல வச்சுருக்கேன்.

ரகு : பேஸ்ட் எங்க... *(உள்ளிருந்து குரல்)*

ஜானகி : அதுவும் பாத்ரூம்ல இருக்கு...

ரகு : பல் எப்படிம்மா தேய்க்கணும்... சேத்தரி, அனாவசிய மான விஷயத்தையெல்லாம் தெரிஞ்சுக்க வேண் டிருக்கு. *(Exit)*

ஜானகி : *(வந்து)* காபி ரெடி... *(ரகுபதி டவலோடு வருகிறான்)* என்ன அதுக்குள்ள பல் தேச்சாச்சா...சரியா தேச் சேளா...

ரகு : நான் சொல்றத கேளு... நாளைக்கு காத்தால 5 மணிக்கு எழுப்பு... பல்லுல Enamel போற வரை தேச்சுண்டுருக்கேன். குடுடி காபியை *(Sipping)*

ஜானகி : காபி எப்படி...

ரகு : பிரமாதம்... ஐயங்கார்ஸ்... காப்பினா...

ஜானகி : எதுக்கெடுத்தாலும் ஐயங்காரா... நான் கலந்தேன்...

ரகு : கர்மம் அதை சொல்லலைடி... ஐயங்கார் காபி பவுடர்ல கலந்ததான்னு கேட்டேன்... ஏண்டி போற போக்க பாத்தா ஐயங்காரை சக்காளத்தியாக்கிடுவே போலருக்கே...

ஜானகி : சரி... மசமசன்னு நிக்காம குளிச்சுட்டு விபூதி இட்டுண்டு ஸ்வாமிக்கு 2 சுலோகம் சொல்லுங் கோ... முதல்ல இந்த லுங்கி கட்டாதிங்கன்னா... பாக்க ரவுடி மாதிரி இருக்கு...

ரகு : நான் சொல்றதை கேளு... சாயங்காலம் ஆபீஸ்லேந்து வரச்சே கபாலி குளத்துல மொட்டை அடிச்சுண்டு வந்துடறேன். நெத்தி நிறைய விபூதி இட்டுண்டு வெள்ளை வேட்டி கட்டிண்டு உனக்கு திருப்தியா பட்டணத்தார் மாதிரி நிக்கறேன்...போற ரேட்ல பண்டாரமா ஆக்கிடுவே போலருக்கே... பேப்பரை எடு... News பார்ப்போம்...

ஜானகி : மொதல்ல போய் குளிங்கோன்னா...

ரகு : என்ன ஜானகி, பேப்பர் கூட படிக்க வுட மாட்டேங்கற...

ஜானகி : அதப் படிச்சு உங்களுக்கு என்ன உபயோகம்... ஆபீஸ் கிளம்பறதை பாருங்கோ...

ரகு : என்னடி ஒரு ஆம்பளை கார்த்தால பேப்பர் படிக்கணும்...

ஜானகி : இப்போ குளிக்கப் போறேளா இல்லையா...

ரகு : சேத்தரி... வரவர நீ ரொம்ப பிராணனை வாங்கற ஜானகி... டவல் சோப்பல்லாம் எங்க...

ஜானகி : எல்லாம் பாத்ரூம்லே ரெடியா இருக்கு...

ரகு : ரெடியா வச்சுடுவியே... *(Exit)*

ஜானகி : குளிக்க போக இவ்வளவு அமர்க்களமா... என்ன மோ பலிக்கு போற ஆடு மாதிரினா...*(கைலாசம் வருகிறான்)*

கை : எங்க, ரகுபதி இன்னும் எழுந்துருக்கலையா...?

ஜானகி : எழுந்து, பல்தேச்சு காபி சாப்டுட்டு குளிக்க போயாச்சு, உங்க பிரண்டு...

கை : யாரு ரகுபதியா... ஆச்சரியமாயிருக்கே... எப் படிம்மா? சோம்பேறியாச்சே அவன்?

ஜானகி : அதெல்லாம் அவ்வளவு லேசுல விட்டுடுவேனா...?

கை : வெரிகுட்... கெட்டிமா புடி! பையனை கொஞ்சம் புடியே தளத்தினே போச்சு... Infact அவனை 10 நிமிஷத்துக்கு மேலே குளிக்கவே allow பண்ணாத...

ஜானகி : ஏன்...

கை : பாத்ரூம்லேயே தூங்கிடுவான்... படவா... பாச்சுலர் Lifeல ரொம்ப irresponsibleஆ இருந்துட்டான்... கொஞ்சம் கொஞ்சமா நீதான் அவன மாத்தணும்... (ரகுபதி Entry)

ரகு : வாடா கைலாசம் வா... ஜானகி நான் சொல்லலை கைலாசம் கைல சாவி வச்சுப்பான்னு...

ஜானகி : பாத்தேன், பாத்தேன்...

கை : இதுவா... நான் எப்போதும் சாவி வச்சுருப்பேன்... எதை விட்டாலும் சாவிய மட்டும் விடமாட் டேன்...

ஜானகி : சொன்னார்... சொன்னார்... நீங்க அனாவசியமா மனசைப் போட்டு அலட்டிக்காதீங்கோ... என்ன பண்றது... தெய்வம் நல்லவாளை இப்படித்தான் சோதிக்கறது...

கை : என்னம்மா சொல்ற நீ...

ஜானகி : வந்தது வந்துடுத்து... அதையே நினைச்சு வருத்தப் பட்டா சரியா தூக்கம் வராதுதான் - அதை மறக்க try பண்ணணும்...

கை : என்னடா சொல்ற உன் wife...

ரகு : உளர்றாடா...அவ... ஜானகி நீ உள்ள போய் கைலா சத்துக்கு காபி கொண்டா...

ஜானகி : காபி வாண்டாம்னா... நரம்பு தளர்ச்சி ஜாஸ்தி

யாகும்... போன்விடா கொண்டு வரேன்...

கை : என்னடா சொல்ற உன் wife... நரம்பு தளர்ச்சி அது... இதுன்னு...

ரகு : அவ உளர்றாடா... ஒரு நிமிஷம் இரு pant, shirt போட்டுண்டு வர்றேன்... (Exit) (Janaki Entry)

ஜானகி : இந்தாங்கோ... ஆமாம் உங்க மானேஜர் இவருக்கு நெறைய வேலை கொடுத்து கையை ஒடிக்கி றாராமே...

கை : யாரு... மானேஜர் ஜகந்நாதனா... சீ... பாவம்... ரகுபதி உங்கிட்ட புளுகியிருக்கான் - எங்களுக்கு ஆபீஸ்ல சுத்தமா வேலையே கிடையாது...

ஜானகி : அப்ப என் கிட்ட பொய் சொல்ல ஆரம்பிச்சுட்டாரா? நீங்க உங்க உடம்பை பாத்துக்கோங்கோ...

கை : ஆமாம்... அதென்னம்மா வந்ததுலேந்து என்னை பரிதாபமா பாக்கறே... நரம்பு தளர்ச்சி அது இதுங்கற...

ஜானகி : இவர்தான் சொன்னார் உங்களுக்கு நரம்பு தளர்ச்சி யாம்... தூக்கமே கிடையாதாம். சில சமயம் வலிப்பு கூட வருமாம்... அதான் கைல சாவி கொத்து வச்சுண்டு இருக்கேளாமே!

கை : அடப்பாவி... கன்னாபின்னான்னு புளுகியிருக் கானே... வரட்டும்... ஏண்டா எனக்கு நரம்பு தளர்ச்சியா... சாவி காக்கா வலிப்புக்காக வச்சுண்டு இருக்கேனா...

ரகு : அது வந்து... அது...

ஜானகி : ஏன்னா இப்படி சின்ன சின்ன விஷயத்துக்கெல்லாம் பொய் சொல்றேள்...

ரகு : சாரி ஜானகி, ஏதோ தெரியாத்தனமா... தூங்கற ஆசையில் பொய் சொல்லிட்டேன்... இனிமே சத் தியமா பொய் சொல்ல மாட்டேன்... போறுமா...

ஜானகி : பாப்போம்...

ரகு : நீ கிளம்பேண்டா...

கை : வாயேன் நீயும்...

ரகு : போயேண்டா வரேன்... பர்சனலா அவ கிட்ட ஒண்ணு பேசணும்...

கை : கர்மம் *(போகிறான்)*

ரகு : இது ஜானகி... என்னது... பாக்கெட்டுல ரெண்டு ரூபா வச்சுருக்கே...

ஜானகி : டிபன் கட்டி கொடுத்தாச்சு... காபிக்கு ரெண்டு ரூபா.

ரகு : அது இல்ல ஜானகி... ஒரு பத்து ரூபா தாயேன்.

ஜானகி : எதுக்கு...

ரகு : எங்க ஆபீஸ்ல மாணிக்கவாசகன்னு... attender 20 வருஷமா இருந்தார்... அவர் இன்னிக்கு ரிடையர் ஆயி போறார்... ஒரு Farewell Party - ஆளுக்கு 10 ரூபா போட்டு - அதான்...

ஜானகி : இந்தாங்கோ...

ரகு : வரட்டுமா...

கை : வாடா போகலாம்... இருடா... ஜானகி ஒரு 10 ரூபா இருந்தா கை மாத்தா தாயேன்... ஆபீஸ் கிளம்பற அவசரத்துல எடுத்துக்க மறந்துட்டேன்...

ஜானகி : தோ தரேன்... எதுக்கு மாணிக்கவாசகம் farewellக்கா...

கை : மாணிக்கவாசகமா...

ரகு : இல்லை... அது... Farewell Party... மாணிக்கவாச கம் புதுசா சேர்ந்ததுக்கு... அவனுக்கு நாம தரப் போற Farewell party...

கை : பாத்தியா மறுபடியும் புளுக ஆரம்பிச்சுட்டான்... எங்க ஆபீஸ்லே மாணிக்கவாசகம்ன்னு ஒரு Peonம் கிடையாது.

ஜானகி : இப்பதான் பொய் சொல்ல மாட்டேன்னு சத்தியம் பண்ணேள்... அதுக்குள்ளவா... மறுபடி பொய் சொல்ல ஆரம்பிச்சுட்டேளா...

ரகு : ஜானகி சத்தியமா சொல்றேன்... இனிமே பொய் சொல்ல மாட்டேன்... கைலாசத்தை வச்சுண்டு...

(திரை)

காட்சி 6

ரகுபதி வீடு

விஸ் : என்னம்மா ஜானகி, சவுக்கியமா இருக்கியா...

ஜானகி : இருக்கேன்பா... வாங்கோ... அப்பா, உட்காருங்கோ...

விஸ் : மாப்பிள்ளை எங்க...

ஜானகி : தோ கூப்பிடறேன்... ஏன்னா, இங்க பாருங்களேன் யாரு வந்துருக்கான்னு...

ரகு : (உள்ளிருந்து ரகுவின் குரல்) எவனா இருந்தா என்னடி... வாசல்லேயே பேசி அனுப்பிடு!

ஜானகி : தப்பா எடுத்துக்காதேள்... நீங்கன்னு அவருக்கு தெரியாது...

விஸ் : ஹி...ஹி... பரவாயில்லை... சொல்லட்டும்...

ரகு : (ரகுவின் குரல்) ஏண்டி ஜானகி... இங்க ஒரு application வச்சேனே அதை பாத்தியா...

ஜானகி : என்ன form...

ரகு : (ரகுவின் குரல்) எல்லாம் உங்கப்பன்தான் கொடுத்தான்... இது L.I.C. ஏஜண்டா இருந்து policy எடுத்துக்கோ... policy எடுத்துக்கோன்னு எம் பிராணனை வாங்கி ஒரு application form ஐ தலைல கட்டிடுத்து... எழவு அதை காணலை இப்போ... உங்கப்பனோட உபத்திரவமா போச்சுடி... (சொல்லிக் கொண்டே வெளியில் வருகிறான்)

விஸ் : மாப்பிள்ளை... வாங்கோ... நான்தான்... ஆமாம்...

ரகு : நான்... சாரி... நீங்க இருக்கறதை பாக்கலை...

விஸ் : நான் ஒரு மடையன். குரல் கொடுத்திருக்கலாம்- இவ்வளவு திட்டு வாங்கி இருக்க வேணாம்... பரவாயில்லை... பரவாயில்லை... விடுங்கோ... நான் வந்தது எதுக்குன்னா ஜானகியோட சித்தப்பா உங்க ரெண்டு பேரையும் சாப்பிட கூப்பிட்டுருக்கார்

நாளைக்கு... சொல்லிட்டு போக வந்தேன்... நீங்க அவசியம்...

ஜானகி : அப்பா... இவருக்கு வெளி எடத்துல வந்து சாப்பிட சங்கோஜப்படறார்... வரலேன்னு சொல்லிடுப்பா...

விஸ் : No...No...நீ பேசாம இரு... நான் சொன்னா மாப்பிள்ளை தட்டமாட்டார்... போனப்பறம் திட்டு வாரே ஒழிய எதிர்ல ஒண்ணும் சொல்ல மாட்டார்... இல்ல மாப்பிள்ளை...

ரகு : ரொம்ப சாரி... நீங்க வந்தது பாக்காம தப்பா பேசிட்டேன்... நான் டெபனட்டா சாப்பிட வந்துடறேன்.

விஸ் : Thank you...மாப்பிள்ளை... அப்ப நான் கிளம்பறேன்...

ரகு : நீங்க நான் சொன்னத மனசுல...

விஸ் : Don't worry, forget it...நான் அதை அப்பவே மறந்துட்டேன்... வரட்டுமா...

ரகு : சரி...

விஸ் : அப்பறம் கேட்க மறந்துட்டேனே மாப்பிள்ளை... கல்யாணமாயி 3 மாசம் ஆச்சு... விசேஷம் எதனா உண்டா...

ரகு : ஓ...விசேஷம் உண்டே... அடுத்த மாசம் தலை தீபாவளி வருதே...

விஸ் : அப்போ கிளம்பறேன்மா... (Exit)

ரகு : தலை தீபாவளின்னா உடனே ஓடிடுத்து பாத்தியா உங்கப்பன்...

ஜானகி : ஆனாலும் ரொம்ப மோசம்... யாரு வந்துருக்கான்னு பாக்காம இப்படியா உள்ளேந்து கத்தறது... உங்க கிட்ட ஒண்ணு கேட்கணுமுன்னு இருந்தேன்...

ரகு : என்ன...

ஜானகி : நீங்க ஆபீஸ்ல என்னவா இருக்கேள்...

ரகு : கிளார்க்...

ஜானகி : இன்னம் எத்தனை நாளைக்குத்தான் இப்படி கிளார்க்கா இருக்கப் போறேள்...

ரகு : 34 வயசாறது... 58ல retirement... இன்னும் 24 வருஷத்துக்கு clerkஆ இருப்பேன்... ஏன்?

ஜானகி : வெட்கமாயில்லை உங்களுக்கு... ஆபீசராவோம், நெறைய சம்பாதிப்போம் அது மாதிரியெல்லாம் உங்களுக்கு Ambitionஏ கிடையாதா...?

ரகு : இப்ப என்னங்கற...

ஜானகி : உங்க பிரண்டு கைலாசத்தை கேட்டேன்...

ரகு : நீ அவன் கூட ரொம்ப பேசாத ஜானகி...

ஜானகி : ஏன் உங்க குட்டையெல்லாம் உடைச்சுடறார்னா... ஏதோ ஆபீசர் ஆறத்துக்கு பிரமோஷன் Examination இருக்காமே... அதுக்கு நீங்களும் படிக்கறது... இன்னும் எத்தனை நாளைக்குத்தான் கிளார்க்கா இருந்துண்டு இப்படி 501 ரூபாய் சம்பளத்தை வாங்கப் போறேள்...?

ரகு : 501 ரூ 44 பைசாடி...

ஜானகி : பொல்லாத சம்பளம்... நாளைக்கு நமக்கே ஒரு குழந்தை பொறக்குதுன்னு வச்சுக்குங்க...

ரகு : கள்ளி, சொல்லவேயில்லையே...

ஜானகி : சும்மா இருங்கோன்னா... ஒரு பேச்சுக்கு சொன்னா... ஒரு குழந்தை பொறந்தா அதை வளக்க வேணாமா... அந்த செலவை எதை வச்சு சமாளிக்கறது... தோ பாருங்கோ... நாளைக்கு மொதல் காரியமா ஆபீஸ் போய் அந்த பிரமோஷன் Exam form fill up பண்ணி Head Officeக்கு அனுப்புங்கோ... ராத்திரி பகல் பாக்காம படிங்கோ...

ரகு : அய்யோ, நான் பகல்லேயே தூங்கறவன். ராத்திரி படிக்கிறதா...?

ஜானகி : நான் டீ போட்டு தர்றேன்...

ரகு : நீ டீ போடுவடி. நான்னா படிக்கணும்... தூங்கு வேன்...

ஜானகி : சொல்றதை செய்யப் போறேளா இல்லையா...?

ரகு : எனக்கு 34 வயசு ஆயிடுத்துடி!

ஜானகி : 34 வயசு பாதி கிழம்... கல்யாணம் மட்டும் பண்ணிக்கலாமா...

(திரை)

காட்சி 7

ரகுபதி வீடு

(ரகுபதி படித்துக்கொண்டு இருக்கிறான்)

ரகு : Indian economy... Indian economy... ஜானகி போதுமே... மீதியை நாளைக்கு படிக்கறேனே... தூக்கம் கண்ணை சுழட்டறது.

ஜானகி : இந்தாங்கோ... டீ... ஏன்னா உங்ககிட்ட நான் ஒண்ணு கேட்டா தப்பா எடுத்துக்க மாட்டேளே...

ரகு : என்ன?

ஜானகி : நீங்க சிகரெட் பிடிப்பேளா...?

ரகு : சீ...சீ...சத்தியமா சொல்றேன் - சிகரெட்டை தொட்டது கூட கிடையாது...

ஜானகி : ஏன் பொய் சொல்றேள்... அப்போ எப்படி சிகரெட் பிட் பாத்ரூம்ல இருந்தது...?

ரகு : இதெப்படி அங்க வந்தது... நீ பிடிப்பியா...

ஜானகி : போறும் சமாளிக்கவேணாம்... அதான் பாத்ரூம்ல போனா உங்களுக்கு இவ்வளவு டயமாகுதா... ஏன்னா இப்படி சிகரெட் பிடிக்கறேள்? (அழுது கொண்டே) பேப்பர்ல போட்டு இருக்கான்... சிகரெட் பிடிச்சா கான்ஸர் வருமுன்னு...

ரகு : என்ன ஜானகி எப்பவாவது ஒண்ணு ரெண்டு பிடிப்பேன்... நீ எதையும் தப்பா எடுத்துக்கறே...

ஜானகி : அது போகட்டும், போன sunday officeல overtimeனு சொல்லிட்டு ரேஸ்க்கு போயிருக்கேள்... ரேஸ் புக் உங்க டிராயர்லே இருந்தது. 5 மணிக்கு சினிமா போகலாம் ரெடியா இருன்னு என்கிட்ட சொல்லிட்டு 8 மணிக்கு வீட்டுக்கு வந்துருக்கேள்...

ரகு : என்னோட old friend ஒருத்தனை பார்த்தேன்...

ஜானகி : புளுகாதேள்... கிளப்புல சீட்டாடியிருக்கேள்... காசுக்கு பதிலா டோக்கன்... அதுவும் உங்க பாக்கெட்ல இருந்தது...

ரகு : என்ன ஜானகி, ஒரு ஆம்பளைக்கு இந்த வீக்னஸ் கூட இருக்கக் கூடாதா...

ஜானகி : உங்களுக்கு வீக்னஸே வேண்டாம். ஏற்கனவே நீங்க ஆளே வீக்... உங்களுக்கு முன்னாடி நான் சுமங்கலியா போகணுமுன்னு ஆசைப்படறேன்...

ரகு : என்ன ஜானகி... சுமங்கலி அது இதுன்னு பேசி ஆளை சாகடிக்கறியே... சின்ன சின்ன விஷயத்தயெல்லாம் பெரிசுபடுத்தறே... உனக்குத் திருப்தியா நான் இன்னும் எப்படித்தான் நடந்துக்கணும்றே...

ஜானகி : நான் சொல்றதை சொல்லிட்டேன்... அப்பறம் உங்க இஷ்டம்... (அழுது கொண்டே போகிறாள்)

ரகு : சேத்தரி... நிம்மதியா இருந்தேன்... பேசாம பிரம்மசாரியாவே இருந்துருக்கலாம்... ஏன்தான் சபலப்பட்டு கல்யாணம் பண்ணிண்டேனோ... (தலையில் கை வைத்து உட்காருகிறான்)

(திரை)

காட்சி 8

ஆபீஸ்

ஜக : என்ன கைலாசம்... ரகுபதி வரலையா...

கை : பாத்தேளா மறந்தே போயிட்டேன்... ரகுபதி சொல்ல சொன்னான் 1 Hour permission...

ஜக : ஏன்... Suffering from feverஆ!

கை : Suffering from wife...

ஜக : என்ன...

கை : ரகுபதி wifeவோட சித்தப்பா பொண்ணுக்கு இன்னிக்கு காலைல இஸபெல்லாவில குழந்தை பொறந்துருக்கு... ரகுபதி வீடு ஆஸ்பிடல் கிட்ட இருக்கா அவன் wife ஆஸ்பிடலுக்கு காபி சாப்பாடு எடுத்துண்டு போற டூட்டியை இவன் கிட்ட கொடுத்திருக்கா... பய காலைலேந்து ஆஸ்பிடலுக்கும் வீட்டுக்குமா சைக்கிள்ள trip அடிச்சிண்டுருக்கான்... என்ன பண்றது, சொன்னது பத்தினி ஆச்சே? கேக்க வேணாமா...

ஜக : ரகுபதியா wifeக்கு பயப்படறான்... ஆச்சரிய மாயிருக்கே...

கை : இது மாதிரி பண்ணா உடனே wifeக்கு பயப்பட றான்னு அர்த்தமா... ஒரு பரஸ்பர உபகாரம்தானே...

ஜக : என்னது... பரஸ்பர உபகாரமா... ஏண்டா புதுசு புதுசா... அனாவசியமா பேர் கண்டு புடிக்கறீங்க... நானும் கல்யாணம் ஆனவன்தான்... இந்த பய ரகுபதி கல்யாணத்துக்கு முன்னாடி என்னை என்ன மிரட்டு மிரட்டுவான்... நானும் பாக்கறேன் கொஞ்ச நாளா... என்னை பாத்து wish பண்ணிட்டு அவன் பாட்டுக்கு போயிண்டுருக்கான் அந்த பழைய charm அவன் கிட்ட இல்லையே! (ரகுபதி Entry)

ஜக : வாடா ரகுபதி, உன்னைப் பத்தித்தான் பேசிண்டுருந் தோம்...

ரகு : ஆமாம்... என்னை பத்தி பேச்சு ஒண்ணுதான் குறைச்சல்...

கை : என்னடா ரகுபதி, ஏண்டா டல்லா இருக்கே...?

ரகு : எல்லாம் உன்னாலதான்! சும்மா இருந்த சங்கை ஊதி கெடுத்த கதையா... நான் பாட்டுக்கு தேமேன்னு பாச்சுலரா இருந்தேன்... எனக்கு ஆசைகாட்டி கல்யாணம் பண்ணி வச்சீங்க. இப்ப பாரு Lifeஏ வெறுத்துப் போச்சு...

கை : பல்லைத் தட்டிடுவேன்... உனக்கென்னடா குறைச் சல்... கண்ணுக்கு லக்ஷணமா பொண்டாட்டியை வச்சுண்டு Lifeஏ வெறுத்துடுத்தாம்...

ரகு : அவளைப் பத்தி சொல்லாதடா... பத்திண்டு வரது... wifeனா எப்படி சார் இருப்பா... சார் உங்களுக்கு கல்யாணமாகி 20 வருஷம் ஆயிருக்கும்... உங்க wife எப்படி...

ஜக : இப்ப ஏன்பா அவளை ஞாபகப்படுத்தறே...

ரகு : எனக்கு தெரிஞ்சி wifeனா... புருஷனுக்கு வேளா வேளைக்கு சமைச்சு போட்டு ஆபீஸ் போறச்சே டாட்டா காட்டுவா... நாம கூப்பிட்டா ஆசையா சினிமா, டிராமா, பீச்சுன்னு கூட வருவா... நடுநடுல ஆசைப்பட்டு அது வேணும், இது வேணுமுன்னு கேட்டு புடவை நெக்லஸ் வாங்கிப்பா... அந்த சந்தோஷத்துல ஒண்ணு ரெண்டு பெத்து வம்சத்தை விருத்தி பண்ணுவா... உங்களுக்கு முன்னாடி சுமங்கலியா போய் சேரணுமுன்னு சொல்லிண்டு நாம போனதுக்கு அப்பறமும் இருந்து பேரன் பேத்தியை பாத்துட்டு வந்து சேருவா... எனக்கு வந்துருக்கே ஒண்ணு - சரியான ராமகிருஷ்ண பரமஹம்சர்தான்... எப்ப பாரு உபதேசம் - சிகரெட் புடிக்காத... நகத்த கடிக்காத... எச்சை பண்ணாத... அங்க நிக்காத... இங்க நிக்காத... கேட்டு, கேட்டு காது புளிச்சு போச்சு... ஜெயில்ல போட்டா மாதிரி ஆயிடுத்து...

கை : கையை விலங்கால மாட்டி கைதியை ஏன் ஜெயில்லே போடறோம்... அவன் திருந்தணும்ங்

கறத்துக்காக... உன்னை மாதிரி irresponsible persons உருப்படணும்னு கால்கட்டு போட்டு family lifeங்கற ஜெயில்ல தள்ளினாதான் உண்டு... வாழ்க்கைல ஒருபடி உசர, உசர நாமும் நம்மை மாத்திக்கணும். சின்ன வயசுல ரோடுல தண்ணிய பாத்தா அதுல நடக்க தோணும்... பெரியவனான பிறகு ஏன் ஒதுங்கி நடக்கறோம்... maturity... அது உனக்கு இன்னம் வரலை...

ஜக : வுடுப்பா...தோ பார் ரகுபதி அவ பாட்டுக்கு சொல்றதை சொல்லட்டும்... இந்த காதால வாங்கி, இந்த காதால விட்டுடு... No problem...

கை : சும்மா இருங்க சார்... இவன் நல்லதுக்குத்தானே அவ சொல்றா... கேட்டா என்ன குறைஞ்சா போயிடுவான்... (ஐயங்கார் Entry)

ரகு : அடடே ஐயங்கார்... வாடா வா.

ஐய : பாத்து ரொம்ப நாளாச்சே... பாத்துட்டு போகலா முன்னு வந்தேன்... எப்படி சார் - How is Married life?

ரகு : அதையேன் கேட்கற போ... உன்னை பாத்தா எனக்கு எவ்வளவு சந்தோஷமா இருக்கு தெரியுமா... 9.00 மணிக்கு நீ என்னை எழுப்பி உன் கையால பெட்காபி சாப்பிட்டு... எவ்வளவு அருமையான life enjoy பண்ணிட்டிருந்தேன்? இப்போ wifeன்னு ஒருத்தி வந்து படுத்தறாப்பா...

ஐய : என்ன சார் சொல்றார் இவர்?

கை : ஏண்டா ரகு... உன் wife உன்ன படுத்துறாங்கறே... ஏன் அவளை மூட்டை கட்டி பொறந்த வீட்டுக்கு அனுப்ப வேண்டியதுதானே?

ரகு : அது எப்படிடா... அவங்க அப்பன் சும்மா இருப்பானா... எங்கப்பன் கிட்ட சொல்வான்... எங்கப்பன் இங்க வந்து குதிகுதின்னு குதிச்சு நாசம் பண்ணிடுவான்...

ஜக : அதாம்பா ரகு கால்கட்டுங்கறது... மூணு முடிச்சு அவ கழுத்துல நீ போட்ட, அவள் உன் கால்ல

சிக்கலும் சிடுக்கலுமா நன்னா முடிச்சு போட்டு ருக்கா... அறுக்கவே முடியாது...

கை : பைத்தியமா... அது சரி, அவ ஏன் உன்னை எப்ப பாரு அப்படி இருங்கோ... இப்படி இருங் கோங்கறா... சொல்லு பார்ப்போம்...

ரகு : வேற என்ன? தனக்கு வாச்ச புருஷன் ஒரு perfect Idealisticஆ ராமர் மாதிரி இருக்கணுந்தான்...

கை : அது ஒரு reason... Main reason என்ன தெரியுமா... உன் wifeக்கு உன்னை விட்டா பேசறதுக்கோ, சண்டை போடறதுக்கோ ஆள் கிடையாது... Diversionஏ இல்லை அவளுக்கு... அவளோட பந்தம் பாசம் கோவம் கொஞ்சல் எல்லாத்தையும் உன் கிட்டதான் காட்ட முடியும்... அவளுக்கே ஒரு குழந்தை பொறக்கட்டும், உன்னைத் திரும்பிக் கூட பாக்கமாட்டா... அப்ப நீ சிகரெட் புடிச்சாலும் அதை இங்க குழந்தைக்கு எதிரா புடிக்காதீங்க, தள்ளிப் போய் புடிங்கம்பா...

ரகு : அது சரிடா... குழந்தை பொறக்கற வரை... சாயங்காலம் வீட்டுக்குப் போகவே பயமாயிருக்கு... டெய்லி British Councilக்கு போய் Officer Examக்கு பக்கம் பக்கமா Notes காப்பி பண்ணிண்டு வந்து அதை ராவோட ராவா மனப்பாடம் பண்ணி காலைல ஒப்பிக்கச் சொல்றா...

கை : குழந்தை கைல பொம்மையை குடுத்து விளையாட விட்டா அது அந்த பொம்மைய தன் இஷ்டத்துக்கு வச்சுண்டு விளையாடும்... இதே வேற பொம்மை வந்தா... இதை விட்டுட்டு அதை வச்சுண்டு கொஞ்ச நேரம் விளையாடும்... நீ உன் wifeக்கு கிடைச்ச பொம்மை...

ரகு : அப்ப அவகிட்ட இன்னொரு பொம்மையை தரச் சொல்றியா... என்னடா சொல்ற? அவளுக்கு இன்னொருத்தனை கல்யாணம் பண்ணி வைக்க சொல்றியா...

கை : பைத்தியம்... இன்னொரு பொம்மைன்னா...

இன்னொரு புருஷனா... ஏன் அது உங்கம்மாவா இருக்கக் கூடாது...

ரகு : என்ன உளர்ற...

கை : உங்கம்மா அப்பா ஊர்ல வெட்டியாதானே இருக்கா... கூட்டி வச்சுக்கோ... அப்பறம் பாரு...

ரகு : என்னவாகும்...

ஜக : எனக்கு கல்யாணம் ஆன புதுசுல இதே ப்ராப்ளம் இருந்தது... எங்கம்மாவை ஊர்லேர்ந்து வர வழைச்சுண்டேன்... எங்கம்மாக்கும் என் wifeக்கும் ஆகவே ஆகாது... சாதாரணமா மாமியார் மாட்டுப் பொண் சண்டை போட்டா கஷ்டப்படறது நாமதான்னு சொல்லுவா... அனுபவபூர்வமா சொல்றேன். அவா ரெண்டு பேர்க்குள்ள சண்டை வந்துட்டா நம்ம பாடு கொண்டாட்டம்தான்...

ரகு : அதெப்படி...

ஜக : இவகிட்ட அம்மாவை திட்டி நல்ல பேர் வாங்கிட்டு போயிடலாம்; அம்மாகிட்ட wifeஐ திட்டி சமாளிச்சுகலாம்... ரெண்டு பேரும் சேந்து வந்தா... வரவர உங்க உபத்திரவம் சகிக்கலை... வீட்லே இருக்கவே புடிக்கலைன்னு சொல்லிட்டு ஹாய்யா துண்டை உதறி போட்டுண்டு வெளியில கிளம்பிடலாம். Hotelலே போய் பாதாம் அல்வா சாப்பிடுவேன்.

ரகு : அப்ப மாமியார் மாட்டுப்பொண்ணு தகராறுல நமக்குத்தான் Advantageங்கறேள்...

கை : சார்... கன்னா பின்னான்னு எதையாவது சொல்லி அவன் மனசை கெடுத்துடாதீங்க... டேய் நீ உங்கம்மாவை கூட்டு வச்சுக்கோ... உன் wifeக்கும் பேச்சுத் துணையா இருக்கும்... அவளுக்கும் பொழுது போகும்... உன் மேல அவளுக்கு இருக்கற concentration கொஞ்சம் divertஆயி குறையும்...

ரகு : ஏன் சார்... மாமியார், மாட்டுப்பொண்ணு தகராறுல நாம சந்தோஷமா இருக்கலாங்கறேள்... எப்படி... எப்படி...

ஜை : சர்தான்... இவரை குருவா ஏத்துண்டே இல்லே, நீ உருப்பட்ட மாதிரிதான்...

ரகு : நீ போடா... சொல்லுங்கோ...

ஜக : மாமியார் மாட்டுப்பொண்ணு ஒத்துப்போனதா சரித்திரமே கிடையாது... உங்கம்மாவுக்கும் உன் wifeக்கும் சின்னச் சின்ன சண்டை வரும் - அதை அனாவசியமா தீர்த்து வைக்க try பண்ணாத... முடிஞ்சா வளத்துவிட பாரு... அப்பறம் பாரேன் உன் lifeஐ...

ரகு : But இதுல ஒரு problem இருக்கு சார்...

ஜக : என்ன...

ரகு : எங்கம்மாவை எனக்கு துணையா வந்துருக்க சொல்லி லெட்டர் போட்டா வந்துடுவா... என்னுடைய அப்பன் ஒரு problem... சொந்த ஊரை விட்டு அசைய மாட்டார்... அவருக்கு அங்க பெரிய set இருக்கு... காலைல வெத்திலை, சீவல் போட்டுண்டு திண்ணைல சீட்டாட உக்காந்தா ராத்திரி படுக்கத்தான் எழுந்துப்பார்...

ஜக : 8 பொண்ணு பெத்துட்டு பொறுப்பு இல்லாம சீட்டு விளையாடறாரா?

ரகு : பிரமாதமா விளையாடுவார் சார்... கடைசி தங்கை கல்யாணத்தை சீட்டாடி வந்த பணத்துலதான் பண்ணினார்னா... பாத்துக்கங்களேன்...

ஜக : அப்ப உங்க அம்மாவை மட்டும் கூட்டி வச்சுக்க... உங்கப்பா ஊர்லயே இருக்கட்டும்...

ரகு : எங்கம்மாவுக்கு ராமன் இருக்கும் எடந்தான் அயோத்தி... எங்கப்பனை விட்டுட்டு அவ மட்டும் வரமாட்டா...

ஜக : தோ பார் ரகுபதி... உன் problemத்துக்கு எனக்கு தெரிஞ்ச solutionனை தந்துடறேன்; உங்கம்மாவை வரவழைக்கறது உன் பொறுப்பு... பாத்து செய்...

ரகு : எப்படி அம்மாவை வரவழைக்கறது... ம்...

ஐய : சார், சொல்றேன்னு தப்பா நினைச்சுக்காதீங்க... நீங்க நல்லா இருக்கணுங்கற ஆசையிலதான் உங்க wife உங்களை அப்படி இருங்க இப்படி இருங்கங்கறா... 34 வருஷம் பொறுப்பில்லாம வாழ்ந்துட்டீர்... இப்போ மாத்திக்கறது கொஞ்சம் கஷ்டம்தான்... But இது ரொம்ப சாதாரண விஷயம்... இதுக்கு போய் இந்த மானேஜர் சொல்றாப் போல உங்கம்மாவை வச்சுண்டு... மாமியார், மாட்டுப் பொண்ணு சண்டையில நீங்க குளிர்காய பாக்கறது மகா அசட்டுத்தனம்... சரி, அப்ப நான் கிளம்ப றேன் சார்...

ரகு : அப்படின்னாலும் idea தோணலையே?

ஐய : (திரும்பி வந்து)சார்... சார்... யார் வந்துருக்கா பாருங்கோ... அடடே வாங்க சார்... தைரியமா வாங்க... உங்க பையனோட ஆபீஸ்தான் (சபாபதி Entry)

ரகு : என்னப்பா இது திடீர்ன்னு... எப்ப ஊர்லேந்து வந்தே...

ஐய : இப்பதான் உங்களை பத்தி பேசிண்டுருந்தோம்... அப்ப நான் வரேன் சார்... உங்க பையன் ஒரு மாதிரியா போயிண்டுருக்கார்... புத்தி சொல்லுங் கோ... (Exit)

சபா : ஒண்ணுமில்லடா ரகு... ஒரு முக்கியமான விஷயமா உன் கிட்ட பேசணும்...

ரகு : அம்மா வந்துருக்காளா...

சபா : No...No...நான் வந்துருக்கறது அவளுக்கு தெரியவே தெரியாது, தெரியவும் கூடாது... தஞ்சாவூர் Courtல நம்ம நிலம் சம்பந்தமா ஒரு Settlementனு பொய் சொல்லிட்டு Madras வந்துட்டேன்... இன்னைக்கு சாயங்காலமே நான் திரும்பி ஊருக்குப் போறேன்...

ரகு : சரி, வந்ததுதான் வந்தே... இப்படி உட்காரு அப்பா, நீ எனக்கு ஒரு help பண்ணணும்...

சபா : நானே உன் கிட்ட ஒரு help கேட்கத்தான் வந் தேன். ரகு, ரொம்ப யோசிச்சுத்தான் இந்த முடிவுக்கு

வந்தேன்... நானும் உங்கம்மாவும் Madras வந்து உன் கூட இருக்கணும், அதுக்கு நீ ஏதாவது ஒரு help பண்ணணும்...

ரகு : இப்பவே ஊர்ல அம்மாக்கு letter போடறேன். ரெண்டு பேரும் மூட்டை முடிச்சோட வந்து எறங்கற வழிய பாருங்க...

சபா : ரொம்ப Thanksடா... உனக்கு ஒண்ணும் ஆட்சேபணை இல்லையே...

ரகு : அய்யோ... நீ ஒண்ணும் பேசாத... அப்பறம் உனக்கு மனசு மாறிடும்.

சபா : அதில்லைடா... நீ பாவம் புதுசா கல்யாணம் பண்ணிண்டவன்... அதுவும் 34 வயசுல... நீயும் ஜானகியும் அப்படி இப்படி இருப்பீங்க... நான் வேற பூஜை வேளையில கரடியா...?

ரகு : அப்பா சத்தியமாத்தான் சொல்றியா?

சபா : ஏன்...

ரகு : நீ சொந்த ஊரை விட்டு வரவே மாட்டியே... உன்னோட சீட்டுக் கச்சேரி... பிரண்ட்ஸ் பட்டாளம்...

சபா : அதையேன் கேட்குற போ... அந்த தொழில்லாம் போய் 3 மாசமாச்சு...

ரகு : என்ன சொல்ற...

சபா : ரகுபதி, உன் கிட்ட சொல்றதுக்கென்ன? நான் Madras வர main reason என்ன தெரியுமா? உங்கம்மா உபத்திரவம் சகிக்கலைடா...

ரகு : ஒரு நிமிஷம்... அப்பா நீ கொஞ்ச கொஞ்சமா என் கிட்ட நெருங்கிக்கிட்டே வரே... சொல்லு...

சபா : 8 பொண்ணுங்களுக்கு கல்யாணம் பண்றவரை... உங்கம்மா ஒரே பிஸி... கோயில், குளம் எல்லாத்தையும் மறந்துட்டு பொண்ணுங்க கல்யாணத்துல கடந்த 10 வருஷமா involve ஆயிருந்தா... அதுல மறந்து போன இன்னொரு விஷயம் அவ புருஷன் - நான்தான்.

ரகு : இப்ப கல்யாணம் எல்லாம் முடிஞ்சாச்சு... அம்மாவுக்கு வீட்டுல காரியம் ஒண்ணும் இல்லை... போர் அடிக்கறது... பார்த்தா... கண்ணுல நீ பட்டே... எப்ப பாரு என்ன சீட்டு...கண்ட கண்டவால்லாம் திண்ணைல உட்கார வச்சு என்ன வெட்டி பேச்சுன்னு உன்னை பொகக்கு, பொகுக்குன்னு பொசுக்கியிருக்கா... அதானே...

சபா : ரகு, உனக்கு எப்படிடா இதெல்லாம் தெரிஞ்சுது...

ரகு : எல்லாம் Experienceதான்... உனக்கு கொஞ்சம் லேட்டு, அவ்வளவுதான்...

சபா : நானும் அவளும் இங்க வந்துட்டா... உன் wife இங்க இருக்கா... மாமியாரும் மாட்டுப் பொண்ணும் அடிச்சுக்கும், பிடிச்சுக்குங்க... அதுல நான் கொஞ்சம் பழையபடி ஜாலியா இருக்கலாமுன்னுதான்...

ரகு : கையை குடுப்பா... Great men Think alike... வாஸ்தவமான பழமொழி...

சபா : ஆமாம் நீ ஏதோ என் கிட்ட help கேட்கப் போறேன்னியே...

ரகு : இனி அது அவசியமேயில்லை... நான் நெனைச்சதை நீ பண்ணிப்பிட்டே...

சபா : நீ என்ன நெனைச்சே...

ரகு : இப்ப நீ decide பண்ணிட்டு தானே பேசறேள்... அப்பா, அப்பறம் மனசு மாறக்கூடாது... ஊருக்குப் போய் friendsகளை பார்த்த உடனே சீட்டாடற ஆசைல என்னை மறந்துடக் கூடாது...

சபா : ம்... இனி ஊர்ல உங்கம்மாவை வச்சுண்டு என்னால சீட்டாட முடியாது... நிம்மதி எல்லாம் போச்சு...

ரகு : கவலைப்படாதே... Madras வந்துடு - உனக்கு 3 சீட்டு தானே ஆடணும்... 3000 சீட்டு ஆடலாம்...

(திரை)

காட்சி 9

ரகுபதி வீடு

(ரகுபதி சோபாவில் தூங்குகிறான்; சபாபதி ஒரு கையில் புடலங்காயுடனும் மறுகையில் கறிகாய் பையுடனும் வருகிறார்)

மங் : ஒரு நிமிஷம்... அப்படியே நில்லுங்கோ... எங்க போயிட்டு வரேள்...

சபா : சினிமாவுக்கு போயிட்டு வரேன்... அறிவு கெட்டவளே... கைல புடலங்காய் பாத்தா தெரியலை... மார்க்கெட்டுக்கு போயிட்டு வரேன்... இந்தா புடி... இத்தை ஜானகி கிட்ட குடு... ரகுபதிக்கு புடலங்காய்ன்னா உசிராம்... ஜானகி தான் வாங்கிண்டு வரச் சொன்னா...

மங் : ஏன்னா, உங்களுக்கு வெட்கமாயில்லை... கல்யாணமாயி 25 வருஷத்துல எனக்காக ஒரு துரும்பை எடுத்து அந்தண்டை போட்டுருக்கேளா... ஜானகி நேத்து வந்தவ - அவ சொல்றான்னு, நாமகிரிப் பேட்டை கிருஷ்ணன் நாதஸ்வரம் வச்சுண்டுருக்கற மாதிரி இப்படி புடலங்காயை வச்சுண்டு நிக்கறேளே... இதை வாங்கிண்டு வர அவளுக்கு வேற ஆளே கிடைக்கலையா...

சபா : என்னடிது... புடலங்காய் வாங்கறத்துக்குன்னு ஒரு ஆளை வீட்டுல தனியா வச்சுக்க முடியுமா...

மங் : நீங்க யாரு... ஜானகியோட மாமனார்... அப்படியே சோபால ஹாய்யா சாஞ்சுண்டு அவளை அதிகாரம் பண்ணிண்டு இருக்கறதை விட்டுட்டு... நானும் பாக்கறேன்... இங்க வந்ததுலேந்து அவ சொல்றா... அவ சொல்றான்னு மார்க்கெட்டுக்கும் Post Officeக்கும் பாங்குக்கும் நாயா அலையறேளே... நீங்க என்ன அவ வச்ச வேலைக்காரனா?

சபா : போறும்டி... பொழுது விடிஞ்சு பொழுது போனா உங்க ரெண்டு பேர் சண்டை கேக்க சகிக்கலை... அட போடற சண்டைக்கு ஏதாவது

காரணம் இருந்தா பாக்கறவாளுக்கு யார் ஜெயிக்க போறாங்கற Thirll இருக்கும்... காரணமே இல்லாம ஒரு சண்டை... இந்த மாமியார் மாட்டுப்பொண் சைக்காலஜியே சுத்தமா புரியலை...

மங் : என்னை குறை சொல்லுங்கோ... அவ பண்ற தப்பு கண்ணுக்கே தெரியாதே...

சபா : போடி... ரெண்டும் மூணும் எட்டுங்கறா அவ... நீ பத்துங்கற... ரெண்டு பேரும் தப்பு... இதுல நான் யாரை support பண்றது... பெரியவளா லக்ஷணமா நீதான் விட்டுக் கொடுத்து போயேன்...

மங் : ஏன் சின்னவளா லக்ஷணமா அவதான் அடங்கிப் போனா என்ன...

சபா : விடும்மா... என்னை இதுல கலக்காத... அவ எது பண்ணாலும் உனக்கு புடிக்கலை... அவளாவது சும்மா இருக்காளா... உனக்கு எது புடிக்காதோ... அதைத்தான் பண்றா... அவ சமைச்சா நீ உப்பு சமையல்ல போறலைங்கற... நீ சமைச்சா அவ உப்பு ஜாஸ்திங்கறா...நேத்து ராத்திரி ரெண்டு பேரும் சேந்து சமைச்சீங்க போலிருக்கு என்னாச்சு... பரங்கிக்கா சாம்பார் சப்பு, சப்புன்னு இருந்தது, பால் பாயாசம் சளித்துக் கொட்டித்து...

மங் : நம்மை மட்டம் தட்டணும்னே இங்க வரவழிச் சுருக்கா... வரட்டும்... நன்னா கேட்கறேனே...

சபா : பேசாம விடுடி... பெரியார் பாஷையில சொல்லப் போனா புடலங்காய் விஷயம்... இதை போய் பெரிசு படுத்தறியே... *(ஜானகி Entry)*

மங் : அவ வரா... அவ வரா...

சபா : எவ... எவ...

மங் : எல்லாம் உங்க Boss... உடனே கையை கட்டிண்டு ஓடுவேளே *(கோபமாக ஜானகியை பார்க்காமல் திரும்பி நிற்கிறாள்.)*

ஜானகி : எப்பப்பா... மார்க்கெட்லேந்து வந்தேள்...

சபா : இப்பதாம்மா நேரா மார்க்கெட்லேந்து வரேன்...

மங்களம் கிட்ட ஒரு வார்த்தை கூட பேசலை... இந்தப் புடலங்காய்...

ஜானகி : *(வாங்கி...)* அய்யய்ய...

சபா : என்னம்மா...

ஜானகி : என்னப்பாது... நல்ல பிஞ்சு புடலங்காயா வாங்கிண்டு வரச்சொன்னா இப்படி பிஞ்சு பிஞ்சு போன புடலங்காயை வாங்கிண்டு வந்திருக்கேள்...

சபா : ஹி...ஹி... அது...

மங் : கர்மம்... அசடு வழியாதேள்... சகிக்கலை... ஏதோ போனா போறதுன்னு வாங்கிண்டு வந்தா... இப்படி தானம் கொடுத்த மாட்டை பல்லை பிடிச்சி பாத்தாளாம்... நீங்க அதையும் பொறுத்திண்டு அசடு வழியறேள்...

ஜானகி : இப்ப உங்களுக்கு என்னாச்சும்மா... எதையும் தப்பாவே எடுத்துக்கறேள்...

மங் : இவர் உன் மாமனார்... உக்கார வச்சு இவருக்கு செய்றததை விட்டுட்டு வேலை வாங்கறியே, உனக்கு வெட்கமாயில்லை...

ஜானகி : வீட்டுக் காரியங்களை பாத்தா கௌரவம் குறைஞ்சிடாது...

மங் : அதுக்கு உனக்கு ஒரு ஆம்படையான் இருக்கான், உன் ஆம்படையானுக்கு புடிச்ச புடலங்காய் வாங்க என் ஆம்படையான்தான் கிடைச்சானா...

ஜானகி : நான் ஒண்ணும் அப்படியல்லாம் அனாவசியமா அப்பாவை வேலை வாங்க மாட்டேன். அவர் தூங்கிண்டு இருந்தார் அதான்... அவர் மட்டும் எழுந்துண்டுருந்தார்ன்னா அப்பாக்கு பதிலா அவரையே மார்க்கெட்டுக்கு அனுப்பிருப்பேன்...

மங் : மணி 7.00 ஆறது... எருமை மாடாட்டம் இவனுக்கு என்ன தூக்கம்? எழுப்பி அனுப்புவதுதானே...?

ஜானகி : இதோ பாருங்கோ, அவரை ஒண்ணும் அனாவசியமா எருமைமாடுன்னு சொல்ல வேணாம்...

மங் : சொல்வேன்... ஏன்னா அந்த எருமை மாட்டை 10 மாசம் சொமந்து பெத்துருக்கேன்...

சபா : சும்மா இருங்கடி... உங்க சண்டை போறபோக்குல ரகுபதிக்கு கொம்பே முளைச்சிடும் போலருக்கு...

ஜானகி : இல்லப்பா... நேத்து officeல அவருக்கு எக்கச் சக்கமான work...tiredஆ படுத்துண்டுருக்கார்... எழுப்ப வேணாமுன்னு பார்த்தேன். இது தப்பா...

மங் : தப்புதான்... ஏழு மணிக்கு மேல கும்பகர்ணன் மாதிரி தூங்கறது தப்புதான்...

ஜானகி : தூங்கறதும் தூங்காததும் அவர் இஷ்டம்... பாதி தூக்கத்தில் அவரை எழுப்ப யாருக்கும் உரிமை கிடையாது (Exit)

மங் : அதையும் கேட்டுடறேன்... ஏன்னா, ரகு எழுந்த வுடனே அவனையே கேக்கறேன்... பெத்து படிக்க வச்சு ஆளாக்கின பையனை தூக்கத்துல இருந்து எழுப்ப எனக்கு உரிமை கிடையாதா... கேட்கறேன்... ஏன் மரம் மாதிரி நிக்கறேள்... புடலங்காய்தான் வாங்கிண்டு வந்தாச்சு... அடுத்தது புடவை வேற தோய்க்கச் சொல்லுவா... வாங்கோ உள்ள...

சபா : இருடி... ஜானகி மார்க்கெட்டு போயிட்டு வந்த வுடனே... second dose coffee தரேன்னு சொன்னா...

மங் : நீங்க இருக்கீங்களே சரியான அல்பம்... அவ கிட்ட போய் காபி கேக்கறேளா... விஷத்தை கலந்து காபில தந்தாலும் தந்துடுவா... நான் எதுக்கு இருக்கேன்... நான் காபி கலந்து தர்றேன் வாங்கோ... (Exit)

சபா : ஜானகி காபில விஷம் கலந்துடுவா... மங்களம் காபி கலந்தாலே விஷம்... ரெண்டுத்துலே எது பெட்டர்... ஏன் Risk? பேசாம Hotelக்கு போயிடு வோம் (Exit)

(ரகுபதி எழுந்து சோம்பல் முறித்து)

ரகு : அடடே... மணி 7.00 ஆச்சு... (ஜானகி Entry)

குட்மார்னிங் ஜானகி, சாரி எழுந்துக்க கொஞ்சம் டயமாயிடுச்சு... கோச்சுக்காத...

ஜானகி : உங்களை யார் இப்ப ஊருக்குமின்ன எழுந்துக்கச் சொன்னா...?

ரகு : என்ன சொல்ற...

ஜானகி : தோ பாருங்க... நான் இப்ப சொல்றத கவனமா கேட்டுக்கங்கோ... இனி நீங்க 8, 8.30 மணிக்கு முன்னாடி எழுந்தேள் எனக்கு கெட்ட கோவம் வரும்...

ரகு : Hallo...பேசறது யாரு ஜானகியா... ஆச்சர்ய மாயிருக்கு... 6 மணிக்கு மேல தூங்கினா குடம் ஜலத்தை தலைல கொட்ற என் தர்மபத்தினி ஜானகியா பேசறது...

ஜானகி : அதெல்லாம் உங்க பழைய wife ஜானகி... இப்ப பேசறது புது ஜானகி... உங்க அம்மாவோட மாட்டுப் பொண் ஜானகி...

ரகு : Yes...விஷயம் அப்படி வரதா...

ஜானகி : உங்களை பாதி தூக்கத்துலே எழுப்புவாளாம்... அவளுக்கு உரிமை உண்டாம்... சரி பெத்தவதான் இல்லேங்கல, அதுக்குன்னு ஒரு அளவு கிடையாது? இன்னும் என்ன நீங்க school பையனா மிரட்டு றத்துக்கு... ஏன்னா, உங்கம்மா எழுந்துக்கோன்னா நீங்க எழுந்துடுவேளா...

ரகு : ஜானகி, நீ ஒண்ணும் கவலைப்படாத...பாதி தூக்கத்துலே எங்கம்மா எழுப்பினா நான் எழுந்துருக்கக்கூடாது... அவ்வளவுதானே...

ஜானகி : ஆமாம்... கைலாசம் ஆபீஸ் போக 9 மணிக்குத்தானே வரார்... 8.30 மணிக்கு டெய்லி எழுந்துண்டா போறும், என்ன...?

ரகு : நீ ஒண்ணும் கவலைப்படாத... நாளைலேந்து என்ன Beautifulஆ தூங்கறேன் பார்...

ஜானகி : உங்கம்மா எழுப்பினா...?

ரகு : எழுந்து பிடிச்சு கத்து கத்துனு கத்திட்டு திரும்பி படுத்துடறேன்... போறுமா...

ஜானகி : போறும்... But அப்பறம் பேச்சு மாறக்கூடாது...

ரகு : சீச்சீ... என்ன ஜானகி... இது உன்னோட Prestige Issue... விடுவேனா... நாளைக்கு பாரேன் என்னை எழுப்ப try பண்ணி அம்மா அசடு வழிய போறதை... நான் தூங்கியே அவ கொழுப்பை அடக்கறேன்...

ஜானகி : ரொம்ப தாங்க்ஸ்... ஒரு நிமிஷம்... காபி கொண்டு வரேன்...

ரகு : சரி, கொண்டு வா... நான் பல் தேச்சுண்டு வரேன்... But ஜானகி பல் தேச்சா தூக்கம் போயி டும்; நீயோ 8.30 வரை தூங்குங்கற...

ஜானகி : பரவாயில்லை, Bed Coffeeயா சாப்பிடுங்கோ...

ரகு : What! Bed Coffeeயா!... உனக்கு பிடிக்காதே...

ஜானகி : இனிமே சில விஷயங்கள்ள நீங்க நான் சொல்ற மாதிரி இருங்க... Bed Coffee என்ன Bed சாப்பாடு சாப்பிட்டா கூட நான் ஒண்ணும் சொல்ல மாட் டேன்... ஒரு நிமிஷம் பேப்பர் படிங்கோ... வந்துட றேன்... சரி... சரி... காபியை குடிச்சிட்டு மசமச ன்னு நிக்காம தூங்கற வழியை பாருங்கோ...

ரகு : ஜானகி அப்பறம்... டெய்லி இது மாதிரி தூங்கினா... office Exam என்னாறது... படிக்க வேணாமா...?

ஜானகி : நீங்க இப்ப ஆபீஸராகி என்ன கிழியப் போறது... இப்ப நீங்க வாங்கற சம்பளம் எப்பவும் வந்தா போறும்; நான் சமாளிக்கறேன் (ஜானகி Exit)

ரகு : அம்மாடி, ஒரு மாதிரி பத்தினியை வழிக்கு கொண்டு வந்தாச்சு... Next one அம்மா மங்களம்... என்ன பண்ணலாம்... (மங்களம் Entry)

மங் : எப்படா எழுந்தே...

ரகு : தோ இப்பதான்...

மங் : டேய் ரகு உன்கிட்ட ஒண்ணு சொல்லணும்டா... இந்த ஜானகி சொல்றா...

ரகு : அவளை பத்தி ஒண்ணும் என் கிட்ட சொல்லாத... அவ பேரை கேட்டாலே பத்திண்டு வரது...

மங் : என்னடா சொல்றே...

ரகு : அதை வுடு... காத்தாலேந்து இப்ப வரை ஜானகி எப்பவாவது சமையல் ரூம்லேந்து இந்த கூடத்துக்கு வந்தாளா...

மங் : ஏன் கேக்கற...

ரகு : வந்தாளா...

மங் : வந்தா... என்ன அதுக்கு...

ரகு : போச்சு... இன்னிக்கு அவ்வளவுதான் Close நானு...

மங் : என்னடா சொல்றே...

ரகு : உனக்கு தெரியாதும்மா... ஜானகிக்கு இந்த 6 மணிக்கு மேல யாரான தூங்கினா பொறுக்க மாட் டேங்குது... நீயே சொல்லு, நீ என்னை எவ்வளவு செல்லமா வளர்த்தே...

மங் : ஆமாம்...

ரகு : காலேஜ் Daysல கூட நான் 8...9ன்னு தூங்கமாட் டேன்...?

மங் : ஆமாம்...

ரகு : பெத்த அம்மா நீயே allow பண்ணிருக்கே... நேத்து வந்தவ இவ, என்ன ரூல் பேசறா தெரியுமா... நான் சொன்னேன் எங்கம்மாவே என்னை தூங்க allow பண்ணிருக்கா... நீ என்னமோ பெரிசா சொல்ல வந்துட்டியேன்னு... அவ சொல்றா நீ வளர்த்த விதம் சரியில்லையாம்...

மங் : ஆனாலும் அவளுக்கு வாய் ரொம்ப ஜாஸ்தியா போயிடுத்து... நான் சொல்றேன்டா ரகு... நீ இனி 8...8.30க்கு எழுந்தா போறும்... அவ என்ன சொல்றது...?

ரகு : அதான! எனக்கு தூங்கணும்னுகூட இல்லேம்மா... அவ சொல்லி என்ன எழுந்துருக்கறது...

மங் : உன்னை அவ எப்படி எழுப்பிடறாங்கறதை பாத்துட றேன்... நீ போய் படுடா...

ரகு : அப்புறம்மா... அவ சொல்றா நம்ப பரம்பரைல யாருமே officerஆ இருந்தது கிடையாதாம்... அதாவது தஞ்சாவூர் ஜில்லா போஸ்ட் officeல அப்பா stamp கொடுக்கற கிளார்க்கா இருந்ததை குத்தி காட்டறா... அது மட்டுமில்லை... ஒரு நாள் அப்பா கோவத்துல அவகிட்ட பேசிட் டார் போலிருக்கு! இது தப்பா? அவ சொல்றா அப்பாவுக்கு நெஞ்சுல ஈரமே கிடையாதுன்னு... எப்படி இருக்கும்...? அதான் நெஞ்சுல இருந்த ஈரத்த எல்லாம் நாக்குல ஊறவச்சு Stamp எடுக்க use படுத்திண்டாரேன்னு கிண்டல் பண்றா... கொழுப்புதானே...?

மங் : அப்படியா சொன்னா... ரகு, மொதல்ல அந்த ஆபீஸ் Exam படிக்கறத நிறுத்து. அவ சொல்லி நீ என்ன படிக்கிறது... உனக்கு இருக்கற சொத்துக்கு ஒரு வேலை பாக்கறதே அனாவசியம், கேவலம் நீ அதுக்காக காலங் கார்த்தால எழுந்து உடம்பை கெடுத்துக்க வேணாம்... நீ போய் படு - அவ எப்படி உன்னை எழுப்பறாங்கறதைப் பாத்துடு வோம்! இப்படி எங்களை மட்டம் தட்டலாமுன்னு பாக்கறியா... உன் புருஷன் எப்படி ஆபீசர் ஆறாங் கறதை நானும் பாத்துடறேன்... ரகு...

ரகு : என்னம்மா...

மங் : நீ போய் படுடா... (Exit)

ரகு : இதான் எனக்கு வேணும் (கைலாசம் Entry)

கை : டேய் ரகுபதி...

ரகு : வாடா கைலாசம்...

கை : மார்க்கெட் பக்கம் போனேன்... உன்னை பாத்துட்டு போகலாமுன்னு வந்தேன்... இன்னிக்கு office வரச்சே ஞாபகமா Accountancy book கொண்டா... officeல சேர்ந்து படிப்போம்...

ரகு : ஆளைவிடுப்பா... இனி அந்த ப்ராப்ளம் எனக்கு கிடையாது.

கை : என்ன சொல்ற...

ரகு : இனி நான் 8...8.30க்கு எழுந்துப்பேன்... நான் இனிமே பழைய ரகுபதி... என் இஷ்டத்துக்கு போவேன், வருவேன். நான் இப்படித்தான் இருக்கணுமுன்னு என் wifeம் அம்மாவும் சொல்லிட்டாங்க...

கை : டேய்! சீ உளறாத... ஏதாவது தத்து பித்துனு...

ரகு : நீதான் உளர்றே... என்னை Disturb பண்ணாத... நான் தூங்கணும் (படுக்கறான் சோபாவில்...)

கை : டேய் ரகுபதி... ரகு... டேய்... டேய்...

(திரை)

காட்சி 10

ரகுபதி வீடு

(சோபாவில் ரகுபதி தூங்குகிறான்; அருகில் ஜானகி, மங்களம்)

மங் : பதினாறு பெத்தாலும் புள்ளையா பெத்துக்க... என்னை மாதிரி பொண்ணா பெத்து சிரமப்படாத... என்னது மணி 7 ஆறது? இன்னம் இவன் இப்படி தூங்கிண்டு இருக்கான்? அதுவும் இங்கே வந்து...

ஜானகி : அப்பவே எழுப்பிவிட்டேன்; இங்க வந்து இடத்தை மாத்தி தூங்கறார். ஏன்னா எழுந்துருங்கோ... மணி பாருங்கோ... 7 ஆச்சு... எழுந்துருங்கோ...

ரகு : No...No... கைலாசம்... தயவு செய்து என்னை எழுப்பாத - நான் இனிமே பழைய ரகுபதி... நான் இஷ்டத்துக்கு தூங்குவேன்! எங்கம்மா என் wife ரெண்டு பேரும் ஒண்ணும் சொல்ல மாட்டா... நீ வேணா பாரேன்...

மங் : என்னடி ஜானகி உளர்றான் இவன்...

ஜானகி : ஏதோ கனவு... பேத்தறார் போலருக்கு... எழுந் துருங்கோ...

ரகு : இல்லை கைலாசம், நான் மாட்டேன்... நீ வேணா படிச்சு ஆபீஸரா போ... நான் மாட்டேன்...

ஜானகி : தோ... எழுந்துருங்கோ...

ரகு : (எழுந்து) ஜானகி... கைலாசம் எங்க...

மங் : கைலாசம் இமயமலைகிட்ட இருக்கு... என்னடா காலங்காத்தால கனவா...?

ரகு : கனவா... அத்தனையும்...!

ஜானகி : என்ன கனவுன்னா...

ரகு : ம்... கஷ்டம்... தூக்கத்துல கனவு வரும்... எனக்கு தூக்கமே இப்படி கனவா போயிடுத்தே...

மங் : ஏண்டா... மணி 7 ஆறது... இப்படி கும்பகர்ணன் மாதிரி தூங்கறியே...

ஜானகி : நீங்க வேறம்மா... உங்க பையன் இப்பெல்லாம் எவ்வளவோ தேவலை. நான் சொல்லி சொல்லி 6...6.30 மணிக்கா எழுந்துடறார்... மின்னலாம் கல்யாணம் ஆன புதுசுல பார்க்கணுமே... 8.30... 9க்குத்தான் எழுந்துப்பார்...

மங் : ஏதோ ஜானகி எம் பையன் தறுதலையா இத்தனை நாள் இருந்துட்டான்... நீதான் அவனை மாத்தணும்...

ஜானகி : இன்னும் ஒண்ணு தெரியுமோ... உங்க பையன் எப்பவோ ஆபீசராகியிருக்க வேண்டியது... Promotion Examக்கு படிக்க சோம்பேறித்தனப்பட்டு இத்தனை நாளா தள்ளி போட்டுண்டுந்துருக்கார்... விடுவேனா... நான் சொல்லி சொல்லி, என் உபத்திரவம் தாங்காம படிச்சு, Part A பாஸ் பண்ணிட்டார்... இன்னும் Part B பாக்கி இருக்கு...

மங் : உன்னை மாதிரி மாட்டுப் பொண்ணு கிடைக்க நான் கொடுத்து வச்சிருக்கணும் ஜானகி. டேய், அந்த Part Bயையும் பாஸ் பண்ணி தொலை. நம்ப பரம்பரையில யாருமே Officer கிடையாது... ஜானகி... இவன் அப்பா... Post Officeல Stampஐ

வச்சுண்டு எப்ப பாரு எச்ச பண்ணிண்டு உக்காண்டு ருப்பார். நீயான ஆபீசராய் நம்ப பரம்பரை அவ மானத்தை போக்கணும், என்ன சொல்றே?

ரகு : சொல்ற மாதிரி ஒண்ணுமில்லை...

ஜானகி : அப்பறம் இன்னொண்ணு... உங்க பையனுக்கு எப்பவும் பெட் காபி பழக்கம்தான்... அதையும் மாத்திட்டேனே... பல் தேச்சாதான் காபி...

மங் : அப்பறம் ஜானகி காபின்ன உடனே ஞாபகம் வருது... சொல்ல மறந்துட்டேனே. காலைலே எழுந்து காபி கூட சாப்பிடாம குளிச்சிட்டு லக்ஷ்மி நரசிம்மன் பேர்ல ஒரு சுலோகம் இருக்கு... அதை சொன்னா தங்க விக்ரகம் மாதிரி பையன் பொறப்பானாம்...

ஜானகி : நாளைக்கு வெள்ளிக்கிழமை நல்ல நாளா இருக்கு... நாளைலேந்து ஆரம்பிச்சுட்டா என்ன... நீங்க என்ன சொல்றேள்...

மங் : அவன் கிட்ட என்ன கேள்வி? சொன்னா செய்ய வேண்டியதுதானே...?

ரகு : அப்ப இனி காபி... குளிச்சிட்டு சுவாமி கும்பிட்டதுக் கப்பறமா... ஜானகி வந்தா பெட் காபி போச்சு... நீ வந்தே, பல் தேய்ச்சும் காபி போச்சு... நல்ல வேளை என் மாமியார் உயிரோட இல்லை... அவ இருந்துருந்தா ஒரேயடியா காபி சாப்பிடற பழக்கமே போயிருக்கும்...

மங் : சரி... சரி... பேசிண்டே நிக்காத... பல் தேச்சுட்டு காபி சாப்பிடற வழியை பாரு... ஞாபகம் வச்சுக் கோ... நாளைலேந்து குளிச்சு சுலோகம் சொன்ன பிறகுதான் காபி... (Exit)

ஜானகி : அம்மா சொல்றதை கேளுங்கோ... நாளைலேந்து பயபக்தியோட லக்ஷ்மி நரசிம்ம சுலோகம் சொல்லு வோம் - தங்க விக்ரஹம் போல ஆண் குழந்தை பொறக்கும்...

ரகு : மனசுல பெரிய குந்திதேவின்னு நினைப்பு...

சுலோகம் சொன்னவுடனே சூரிய பகவான் வந்து குழந்தையை கொடுத்துட்டு போறத்துக்கு... பேத்தல்...

ஜானகி : பெரியவா சொன்னா தப்பா இருக்காது...

ரகு : சரி... லக்ஷ்மி நரசிம்ம சுலோகம் சொன்னா ஆண் குழந்தை பொறக்கும்னு தெரிஞ்சுண்டுமா இவ எட்டு பொண்ணு பெத்தா...

ஜானகி : உடனே குதர்க்கமா பேசறேளே...

ரகு : தோ பார் ஜானகி, இப்ப சொல்லிடறேன்... எங்கம்மாவை பத்தி உனக்கு தெரியாது... இப்படி அவ ஏதாவது சொல்லி சொல்லி உன்னை பண்ண வச்சு Slowly She will Dominate you... அப்பறம் என்கிட்ட வந்து உங்கம்மா அப்படி, இப்படின்னு ஒப்பாரி வக்காத. இப்பவே Be careful.

ஜானகி : Dominate பண்ணிட்டு போகட்டுமே...after all அவ யாரு... என்னோட மாமியார்... அவ என்னை அப்படியே அதிகாரம் பண்ணினாலும் நான் அதை தப்பா எடுத்துக்க மாட்டேன்...

ரகு : அதெல்லாம் சொல்லாத... மாமியார் மாட்டுப் பொண்ணு தகராறு இல்லேங்கற Historyஏ கிடையாது... மாமியார் சொல்றதை தப்பா எடுத்துண்டு மாமியாரோட சண்டை போடணும்.

ஜானகி : அதெல்லாம் எனக்கும் உங்கம்மாவுக்கும் நிச்சயம் சண்டை வராது... அப்படியே உங்கம்மா சண்டை போட வந்தாலும் நான் பேசாம இருந்துடறேன்... ரெண்டு கை தட்டினாதானே சத்தம்...

ரகு : அப்ப உங்க ரெண்டு பேருக்குள்ள சண்டையே வராதுங்கற...

ஜானகி : வராது... வராது... வராது... போறுமா... *(Exit)*

ரகு : என்ன இவ பிளேட்டையே மாத்தறா... சண்டை வராதுங்கறா... அப்ப வரவழைக்க வேண்டியது தான்... எப்படி வரவழைக்கறது...

(சபாபதி Entry with புடலங்காய்)

சபா : என்னடா ரகு, எப்ப எழுந்தே...

ரகு : அப்பா... கைல புடலங்காய்... இது போறுமே... கனவு நெனவாறதுக்கு...

சபா : என்ன உளர்றே... ஏண்டா புடலங்காய்ன்னா உனக்கு உசிராமே...

ரகு : யார் ஜானகி சொன்னாளா...?

சபா : ஆமாம்...

ரகு : நெனைச்சேன்... அது போறும் எனக்கு... நீ ஒரு நிமிஷம் அந்த புடலங்காயை அப்படியே வச்சுண்டு அதே poseல நில்லு...

சபா : ஏன்...

ரகு : ஏன்... எதுக்குன்னு கேட்காத... அம்மா... அம்மா... *(மங்களம் Entry)*

மங் : என்னடா கூப்பிட்டியா...

ரகு : ஆமாம்... இப்படி நில்லு...அப்பா இப்ப நான் கேக்கற கேள்விக்கு correctஆ பதில் சொல்லு...

சபா : ஏண்டி, இவனை இப்படி பாதி தூக்கத்திலே எழுப்பிடறீங்க... பேத்தறான்...

ரகு : அப்பா... புடலங்காய் வாங்க மார்க்கெட்டுக்கு போனே இல்லியா...

சபா : என்னடா ரகு...

ரகு : Say Yes or No...

சபா : ஆமாம்...

ரகு : இந்த புடலங்காய் யாருக்காக...

சபா : உனக்காகத்தான்...

ரகு : எனக்கு புடலங்காய் புடிக்குமுன்னு யாரு சொன்னா...

சபா : ஜானகி...

ரகு : பாரும்மா... இவர் யாரு? அவளுக்கு மாமனார்...

இவரை மார்க்கெட்டுக்கு துரத்தி காலை ஒடிக்க றாளே... இவர் என்ன அவ வச்ச வேலைக்காரனா...

மங் : சீ...வாயைப் பொத்து... இவ்வளவு கேள்வி கேட் டியே... முக்கியமான கேள்வியை வுட்டுட்டியே...

ரகு : என்ன...

மங் : ஏன்னா... ரகுக்கு பிடிச்ச புடலங்காயை மார்க்கெட் டுக்கு போய் வாங்கிண்டு வரச் சொன்னது யாரு...

சபா : மங்களம்...

ரகு : அம்மாவா...

சபா : என்ன வெறட்டற தைரியம் வேற யாருக்கு இருக்கு...

மங் : ஜானகிதான் காத்தால பையை எடுத்துண்டு மார்க் கெட்டுக்கு கிளம்பினா... நான்தான் அவளை போக வேண்டாமுன்னு தடுத்து இவரை அனுப்பிச்சேன்... வெறும் வெட்டியாதானே உக்காண்டுருக்கார்... வீட்டு வேலை பாத்தா கௌரவம் குறைஞ்சிடாது... (ஜானகி entry)

சபா : வாம்மா ஜானகி... இந்தா புடி புடலங்காய்...

ஜானகி : அய்யய்யோ...

சபா : என்னம்மா...

ஜானகி : என்னப்பா இது? நல்ல பிஞ்சு புடலங்காய் வாங் கிண்டு வரச்சொன்னா இப்படி கிழிசலும் பிஞ்சியும் போன புடலங்காயை வாங்கிண்டு வந்துருக்கேளே...

ரகு : ஜானகி வாயை பொத்து... நீ பேசறது உன் மாமனார் கூட... இப்படியா அவரை அவமானப்படுத்துற மாதிரி பேசறது... நீ இவரை ஏதாவது தப்பா சொன்னா அவரை மட்டுமில்ல, எங்கம்மாவையும் தப்பா சொல்றதா அர்த்தம்... போனா போறதுன்னு உனக்கு பதிலா மார்க்கெட் போயிட்டு வந்தா... நீ தானம் கொடுத்த மாமனாரை பல்லை புடுங்கறியே...

(மூவரும் விழுந்து, விழுந்து சிரிக்கின்றனர்)

ரகு : ஏன் சிரிக்கறீங்க...

ஜானகி : அது வந்து...

சபா : மடையா... ஒண்ணுமில்லை விகடன்ல ஒரு ஜோக் - கறிகாய் கடைக்கு வந்தவர் கடைக்காரன் கிட்ட சொல்றார்... ஏம்பா அவனவன் பிஞ்சு வெண்டைக்காயை வச்சிருக்கான்... உன்கிட்ட மட்டும் ஏன் இப்படி பிஞ்சு பிஞ்சுபோன வெண்டைக்காயா வச்சுருக்கேங்கறார்... இதை படிச்சுட்டு கார்த்தால நாங்க மூணு பேரும் சிரி, சிரின்னு சிரிச்சோம்... ஜானகி அதே ஜோக்கை அழகா வெளையாட்டுக்கு repeat பண்றா... நீ தப்பா புரிஞ்சுண்டு உளற ஆரம்பிச்சுட்ட... எங்களுக்கு சிரிப்பு வந்துடுத்து... சரியான லூசுடா... (Exit)

மங் : காலைலேந்து நீ ஏதாவது உளறிண்டே இருக்கே! மொதல்ல போய் குளிச்சுட்டு வா... அப்பதான் உனக்கு தெளிவு வரும்... (Exit)

ஜானகி : இனி இந்த சோபால படுக்காதேள்... இதுல படுத்துண்டா நீங்க பழையபடி ஏதாவது தத்து பித்துன்னு உளற ஆரம்பிச்சுடறேள்... (Exit)
(கைலாசம் Entry)

கை : என்னடா ரகுபதி... அம்மா வந்தவுடனே Life எப்படிருக்கு... Any change...நம்ம மானேஜர் technique usefulஆ இருக்கா...?

ரகு : புள்ளையார் புடிக்க குரங்கா போச்சு... எம் பொண்டாட்டி போட்ட முடிச்சை எங்கம்மா வந்தா அவுப்பான்னு பாத்தேன் - இப்ப என்னடான்னா லக்ஷ்மி நரசிம்ம சுலோகம் அது இதுன்னு இறுக ஆரம்பிச்சுருக்கு...

கை : இதை கேட்க எவ்வளவு சந்தோஷமா இருக்கு தெரியுமா...?

ரகு : வயத்தெரிச்சலை கொட்டிக்காத... இன்னி காத்தால ஒரு அருமையான கனவு - எங்கம்மா wife சண்டைல எனக்கு பழைய Life திரும்பிட்டா மாதிரி...

கை : விடிகாத்தால கண்ட கனவு பலிக்கும்பாளே...

ரகு : என் விஷயத்துல எதிர்மாறா பலிச்சுடுத்து...

கை : சரி சரி, Officeக்கு கிளம்பு.

ரகு : நான் இன்னிக்கு Officeக்கு Full day permission.

(திரை)

காட்சி 11

ரகுபதி வீடு

(ரகுபதி - கைலாசம் Entry)

கை : டேய், எங்கடா போயிட்டா மூணு பேரும்... வீட்டை பூட்டி சாவியை எதித்த வீட்டுலே கொடுத்துட்டு...

ரகு : அதுங்க மூணு பேரும் சேந்துண்டு எப்ப பாரு என்னமோ சதித்திட்டம் பண்ணிண்டே இருக்குங்க...

கை : என்னது பேப்பர்...

ரகு : குடு... (படிக்கிறான்) அன்புள்ள ரகுபதிக்கு உன் அப்பா சபாபதி எழுதிக் கொண்டது... இங்க யாவரும் க்ஷேமம்... மங்களமும் ஜானகியும் ரொம்ப ஆசைபட்டதால் அவர்கள் இருவரையும் அழைத்துக்கொண்டு 'வஞ்சிக் கோட்டை வாலிபன்' சினிமா பார்க்க கபாலி தியேட்டருக்கு சென்றுள்ளேன்... சீ... லூசுடா எங்கப்பன்... இந்த லெட்டருக்கு என்ன க்ஷேமம்லாம் வேண்டிக்கிடக்கு... வருவதற்கு 6.30 மணி ஆகும். பிளாஸ்கில் உனக்கு மட்டும் காபி இருக்கிறது... குடிக்கவும்.

கை : அப்ப எனக்கு காபி இல்லையா...

ரகு : வரது உன்னை பத்தி... அடுத்த லைன் கவனி... கைலாசத்திற்கு காபி வைக்கவில்லை... ஏதோ ஒரு நாள் போனால் போகிறது காபி தரலாம்... தினமும் இதையே பழக்கமாக கைலாசம் வைத்துக் கொள்கிறான்... அதை வெட்டிவிட முயற்சி

செய்யவும்... சாரிடா, எங்கப்பன் ஒரு மாதிரி-கண்டுக்காத...

கை : பரவாயில்லை வுடு... இதை நீ என்னை வச்சிண்டு படிச்சிருக்க வேணாம்...

ரகு : பின்குறிப்பு : நீ மட்டும் இந்த லெட்டரை படித்த பட்சத்தில் அப்படியே விட்டுவிடாதே... கைலாசம் கண்ணில் படும்படியாக நைஸாக வை... இதை பார்த்தால்தான் அவனுக்கு புத்தி வரும்.

கை : வெரிகுட்... நான் இல்லாத போது... இந்த வீட்டுல என் தலை உருளுது போலருக்கு...

ரகு : விடுடா... இதை போய் பெரிசுபடுத்திண்டு...

கை : அது சரி! என்ன திடீர்னு மூணு பேரும் சினிமா...

ரகு : அதையேன் கேக்கற... எங்கம்மாவும் wifeம் இப்பல்லாம் பயங்கற ஈஷல்... எங்கம்மாவுக்கு சினிமா பாக்கற பழக்கமே கிடையாது. என் wife வற்புறுத்தி வற்புறுத்தி படம் பார்க்க ஆரம்பிச்சுட்டா...

கை : 'வஞ்சிக்கோட்டை வாலிபன்' பழைய படமாச்சே!

ரகு : எங்கம்மாக்கு 'ஆயிரம் தலைவாங்கிய அபூர்வ சிந்தாமணி'யே புதுப்படம்தான். பாக்காம விட்ட படத்தையெல்லாம் இப்ப ஒண்ணொண்ணா பாத்துண்டு வரா...

கை : அப்ப ரெண்டு பேரும் ரொம்ப ஒத்துப் போயிட்டாங்கற...

ரகு : நீ வேற... பயங்கரமா ஒண்ணு சேந்துட்டா... என் wifeக்கு காலை வலிச்சா எங்கம்மா அழ ஆரம்பிச்சுடுவா... எங்கம்மா எதுக்கான அழுதா என் wifeக்கு ரெண்டு கால் வலி வந்துடும்... அதுதான் எப்படியோ புரியலே...

கை : நீ சும்மா இருக்க மாட்டியே... ஏதாவது சண்டையை உண்டாக்க try பண்ணிருப்பியே...

ரகு : போன வாரம் இவாளுக்குள்ள misunderstanding வரணும்னே... ரெண்டு பட்டு புடவை - அதுல ஒண்ணுத்துல சரிகை ஜாஸ்தியா இருக்கற மாதிரி

- வாங்கி கொடுத்தேன்... நெனைச்ச மாதிரியே ரெண்டு பேருக்குள்ள சண்டை வந்தது...

கை : Very good...

ரகு : என்ன சண்டை தெரியுமா... எங்கம்மா சொன்னா ஜாஸ்தி ஜரிகை உள்ள புடவையை நீதான் கட்டிக் கணும்னு... என் wife முடியாது, அது நீங்கதான் எடுத்துக்கணும்னு... இப்படி செல்லமா ஒரு Fight... தேவைதானா...

கை : சே... fantastic I say... இது மாதிரி ஒரு அம்மாவும் wifeம் இருக்க கொடுத்து வச்சிருக்கணும்...

ரகு : என்னமோ... என் பாடு திண்டாட்டமா போச்சு... ஆ ஊன்னா கௌரி விரதம்... துளசி விரதம்னு... என்னை காத்தால எழுப்பி குளிக்க வச்சி பஞ்ச கச்சத்தை கட்டி கொலைபட்டினியா நிக்க வச்சுடறதுங்க...

கை : உங்கப்பா எப்படி? இதல்லாம் adjust பண்ணிக்க றாரா...

ரகு : அட, அவர் எனக்கு supportக்கு வருவார்ன்னுதான் ரெண்டு பேரையும் Madras வரவழைச்சேன்... எங்கப்பா கன்னா பின்னான்னு பால் மாறிட்டார்... அவருக்கு அம்மா கிட்ட ஒரு நம்பிக்கை -சொன்னா தட்ட மாட்டார்... ஜானகி கிட்ட ரொம்ப பிரியம் - எதுவும் அவளுக்காக விட்டு கொடுத்துடுவார்...

கை : கேட்கவே ரொம்ப சந்தோஷமா இருக்கு... இந்த மாதிரி familyல இருக்க குடுத்து வச்சுருக்கணும்டா... அலுத்துக்கறியே... மடையா... சரி, அப்ப நான் கிளம்பட்டுமா...

ரகு : இரேண்டா, மணி 5.00 தானே ஆறது... அவா படம் முடிஞ்சு வர எப்படியும் இன்னும் 1 1/2 மணி நேரம் ஆகும்... தனியா இருக்க போரடிக்கும்... இரேன் போகலாம்...

(சபாபதி Entry)

சபா : ரகு... டேய் ரகு...

ரகு : என்னப்பா அதுக்குள்ள வந்துட்டே? படம் நல்லாயில்லையா...

சபா : நீ வேற... இன்னும் கொஞ்ச நேரம் அங்க இருந்துருந்தா என் மானம் போயிருக்கும்...

ரகு : என்ன சொல்ற... அம்மாவும் ஜானகியும் எங்க...?

சபா : பின்னாடி ரிக்ஷால வரா... அதுவும் எப்படி தனித்தனியா ஆளுக்கொரு ரிக்ஷால வரா...

ரகு : ஏன்...?

சபா : நகமும் சதையுமா ரெண்டும் எப்படி ஒண்ணா இருந்தாங்க? ஒரு சின்ன விஷயத்துக்கு ஆரம்பிச்ச சண்டை விஸ்வரூபம் எடுத்து ரெண்டும் எலியும் பூனையும் ஆயிடுத்துங்க...

கை : ரெண்டு பேர்க்குள்ள சண்டையா...?

ரகு : அதாண்டா, நான் சொல்லலை... செல்லமான fight ... இவர் பூ வாங்கி தந்திருப்பார்... ஆளுக்கொரு முழம்... உடனே ரெண்டும் பூவை எண்ணி பாத்து ஜாஸ்தி எந்த முழத்துல இருக்கோ அதை நீதான் வச்சுக்கணும்னு சண்டை போட்டுருக்கும். அதானப்பா...

சபா : அது பரவாயில்லையேடா ரகு... இது real fight...

ரகு : Real fightடா... நெஜமாத்தான் சொல்றியா...?

சபா : yes... அதுவும் எப்படி... நடு தியேட்டர்ல... மானம் போச்சு... இதுங்களை இழுத்துண்டு வெளியில வரத்துக்குள்ள அவனவன் P.S. வீரப்பா... ஜெமினி கத்தி சண்டைய விட்டுட்டு இவா கத்திப் போடற சண்டைய வேடிக்கை பாக்க ஆரம்பிச்சுட்டா...

ரகு : கைலாசம்... கடவுள் லேசா கண்ணை தொறந்து ருக்கார்... அப்பா என்னாச்சு சொல்லு?

சபா : 'வஞ்சிக்கோட்டை வாலிபன்'ல இந்த சாதுர்யம் பேசாதடி பாட்டு சீன் வரது இல்லையா...

ரகு : பத்மினியும் வைஜயந்திமாலாவும் போட்டி டான்ஸ்...

சபா : யாரு... யாரு... பத்மினியும்...

ரகு : வைஜயந்திமாலாவும்...

சபா : அதுலதான் ஆரம்பிச்சுது சண்டை... வைஜயந்தி மாலாவை பாத்து உங்கம்மா இவகிட்ட வஹீதா ரெஹ்மான் எவ்வளவு ஜோரா ஆடறான்னுருக்கா... உம் பொண்டாட்டி அம்மா அது வஹீதா ரெஹ்மான் இல்ல, குமாரி கமலான்னுருக்கா... இல்ல வஹீதா ரெஹ்மான்தான்னு உங்கம்மா... குமாரி கமலாதான்னு உன் wife... அதுல ஆரம்பிச்சு...

ரகு : எப்படி போச்சு...

சபா : நீ உளர்றேன்னுருக்கா உங்கம்மா... நான் ஒண்ணும் உளர்றலை, நீங்கதான் பேத்தறேள்னுட்டா உன் wife... வாய் உனக்கு ஜாஸ்தியா போயிடுத்துன்னு உங்கம்மா... தெரியலேன்னா சொன்னா கேட்டுக் கணும்னு உன் wife... உடனே அவ்வளவுதான். உங்கம்மாவும் அவளும் எது எதுல இதுநாள் வரை scope இருந்தும் சண்டை போடாம இருந்தாளோ அதெல்லாம் ஒரு 1 Hourல போட்டு தீர்த்துட்டா..., தியேட்டரை நாறடிச்சுடுத்துங்க...

ரகு : அப்ப அவா ரெண்டு பேரும் பிரிஞ்சாச்சுங்கற...

சபா : அதெல்லாம் ஏன்... Normal மாமியார் மாட்டுப் பொண் எப்படி இருப்பாளோ அது மாதிரி ஆயிட்டா... *(மங்களம் Entry)*

மங் : ஏன்னா... அவன் கூட என்ன கெக்க பிக்கேன்னு பேச்சு...

ரகு : அய்யய்யோ... அம்மா... அது வைஜெயந்தி மாலா இல்ல...

மங் : வாணாம்பா... உன் சங்காத்தமே வாணாம்... நான் உன் கூட பேசறதை உன் பொண்டாட்டி பாத்தா அப்பறம் நான் என்னமோ உன்னை கைக்குள்ள வச்சுண்டதா ராட்சஸி மாதிரி கத்த ஆரம்பிப்பா... என்னை வுட்டுடுப்பா... நீ எக்கேடு கெட்டுப் போ... *(Exit)*

ரகு : கைலாசம்... இந்த 4 அணாவை போறச்சே பிள்ளை யார் கோயில்ல போடுடா... *(ஜானகி Entry)*

ரகு : ஜானகி...

ஜானகி : தயவு செஞ்சி என் கூட பேசாதீங்க... இதை பாத்தா உடனே உங்கம்மா நான் என்னமோ உங்களை வசியம் போட்டு மயக்கி வச்சுட்டதா சொல்லிண்டு பத்ரகாளி மாதிரி சண்டைக்கு வருவோ... தயவு செய்து என் கூட பேசாதீங்க... நீங்களாச்சு... உங்கம்மாவாச்சு... (Exit)

ரகு : Thank you ஜானகி... கைலாசம், இப்ப எப்படி சந்தோஷமா இருக்கு தெரியுமா...

கை : சரியான கிறுக்குடா நீ... போய் சமாதானப்படுத்துடா...

ரகு : போடா போடா... மொதல்ல கபாலி தியேட்டருக்கு 1000 ரூபா Donation தரணும்... எவ்வளவு கஷ்டப் பட்டு நான் எதிர்பாத்தது நடந்துருக்கு... சமாதானப் படுத்தறதாம்...(ஜானகி Entry with Bag)

ரகு : ஜானகி, எங்க கிளம்பிட்டே...?

ஜானகி : எங்கேயும் போகலை... தோ, இங்க இருக்கற மாம்பலத்துக்கு... என் அப்பா வீட்டுக்குத்தான்...

ரகு : ஏன்...

ஜானகி : என்னால இனி ஒரு நிமிஷம் கூட உங்கம்மா இருக்கற எடத்துல இருக்க முடியாது... உங்கம்மா வாயை தொறந்தா வெஷம்தான் கொட்டறது...

ரகு : ஜானகி, பாவம் அம்மா, அந்த காலத்து மனுஷி... தெரியாம சொல்லியிருப்பா...

ஜானகி : எனக்கு தெரியும் நீங்க உங்கம்மாவைத்தான் சப்போர்ட் பண்ணுவேள்னு... நீங்க உங்கம்மா அப்பாவோட சவுக்கியமா இருங்கோ... நான் ஒருத்தி எதுக்கு நடுல இடைஞ்சலா... நான் பொறந்தாத்துக்கு போறேன்... (Exit)

கை : ஏண்டா பைத்தியக்காரா, போறவளை தடுக்காம எரியற தூபத்துல எண்ணெய்விடற மாதிரி இப்ப போய் உங்கம்மாவை சப்போர்ட் பண்றியே... போயிட்டா பாரு...

ரகு : பண்றதே அதுக்குத்தான்... அசடு எங்கையான மனசு மாறி திரும்பிடுத்துன்னா... போட்டம்டா... எல்லாம் ஒரு மாசம் கழிச்சு வரட்டும்... infact இதை வளர்க்க பாக்கணும்...

(மங்களம் Entry with பெட்டி... சபாபதி with Suitcase)

மங் : ஏன்னா அவன்கிட்ட சொல்லுங்கோ...

சபா : ரகு... எவ்வளவோ சொல்லி பாத்தேன் உங்கம்மா கிட்ட, கேட்க மாட்டேங்கறா! உன் wife இங்க இருக்கறவரை இந்த வீட்டுப்படி மிதிக்க மாட்டா ளாம்... மங்களம் சபதம் பண்ணிட்டா... இந்த க்ஷணம் ஊருக்கு கிளம்புங்கறா...

கை : மாமி... இவன் wife ஏற்கனவே...

ரகு : (பாய்ந்து) சும்மா இருடா... இதுல நீ தலையிடாத... இது எங்க குடும்ப பிரச்சனை...

மங் : டேய் ரகு... இனி என்னால அவ இருக்கற எடத்துல இருக்க முடியாது... அந்த ராட்சஸியோட மனுஷி இருப்பாளோ... நான் வரேன்... முடிஞ்சா -அதுவும் உன் wifeஐ கேட்டுண்டு அவ allow பண்ணா - letter போடு... பதில் போடறேன்... நான் வரேன்... வாங்களேன்... நீங்க ஒரு கஷ்டம் எனக்கு, எங்க போனாலும்...

சபா : வரேன்டா ரகு... கைலாசம் வரேன்... உன் friendஐ பாத்துக்கோப்பா... (Exit)

கை : டேய் பேசாம இருக்கியே... போனது உங்கம்மாவும் உன் wifeம்டா; ஏதோ வந்த Guestஐ வழியனுப்பி வக்கற மாதிரி நிக்கறியே... இப்ப நீ என்னடா பண்ண போற... உங்கம்மா ஊருக்கு போனாலும் பரவாயில்லே, அங்க இருந்தவதான்... wife உன் கூட இருக்கணும்டா...

ரகு : ஆகட்டும்டா... ஒரு மாசம் கழிச்சு கூப்பிட்டுக் கறேன்... அதுவரை பழைய லைப்பை lead பண்ணி பாத்துடணும்...

கை : சரி... இப்ப சோத்துக்கு?

ரகு : இருக்கவே இருக்கான்... ஐயங்கார் the great! (ஐயங்கார் Entry) வாடா... ஐயங்கார் வா... உன்னை கூப்பிட்டு அனுப்பணுமுன்னு நினைச்சேன்... நீயே வந்துட்டே... விஷயம் தெரியுமா...

ஐய : சார்... மொதல்ல நான் சொல்ல வந்ததை சொல்லிடறேன்...

ரகு : என்ன...

ஐய : நான் என் சொந்த ஊர் சீரங்கத்துக்கு போய் settle ஆயிடறதா Decide பண்ணிட்டேன் சார்...

ரகு : சீரங்கம் போறியா... என்ன ஐயங்கார், உன்னை நம்பி என் wifeஐயும் அம்மாவையும் அவா அவா எடத்துக்கு திருப்பி அனுப்பிட்டேன்... இப்படி குண்டை தூக்கி போடறியே...

ஐய : சார்... அதிகப்பிரசங்கித்தனமா பேசறேன்னு நினைக்காதீங்க...

ரகு : நீ சாதாரணமா பேசினாலே அதிகப்பிரசங்கித்தனம் தான்.

ஐய : உங்களை மாதிரி ஆளுங்கெல்லாம் ஏன் சார் கல்யாணம் பண்ணிக்கறீங்க...?

ரகு : ஐயங்கார்...

ஐய : இப்ப தெரியாது... ஆயிரம் பேர் சமைச்சாலும்... பொண்டாட்டி கை ருசியே தனி... நான் எவ்வளவோ பேர் வீட்டுல விதவிதமா சமைச்சிருக்கேன். வீட்டுல அவ கையால சமைச்ச மோர் சாதம் சாப்பிட்டாதான் தூக்கமே வரது... wifeனா இப்படித்தான் நச நசன்னு சொல்லிண்டுருப்பா... நமக்கு முடிஞ்சதை எடுத்துண்டு முடியாததை விட்டுடணும், என் wife கூட சிலது சொல்லுவா, நமக்கு புடிக்காது. இப்ப கூட எங்கம்மா சீரங்கத்துல தனியா கஷ்டப்படறா போலருக்குன்னேன்... இவளுக்கு எங்கம்மா கிட்ட ஆகாது... மாட்டேன்னா... ரெண்டு மூணு தடவை சொல்லி பார்த்தேன்... கேக்கலை. கொத்தா

தலைமயிரை புடிச்சு செவத்துல இரண்டு மோதி மோதிட்டு திரும்பி போகலாமான்னு கேட்டேன்... அழுதுண்டே பஸ்சுல போகவாணாம் Rockfort Expressல போகலாங்கறா... நீங்கள்ளாம் படிச்சவங்க... பாத்து செய்யுங்கோ... நான் வரேன் சார்... அடுத்த வாட்டி வரச்சே இங்க உங்க wife வோடத்தான் நான் உங்களைப் பாக்கணும்... (Exit)

ரகு : என்னடாது... ஐயங்கார் கையை விரிச்சுட்டு போயிட்டார்...

கை : அவ அவனுக்கோ அவனவன் ப்ராப்ளம்! பேசாம மாம்பலத்துக்கு போய் wifeஐ கூட்டிக்கோ...

ரகு : சீச்சீ... அவ அவ்வளவு திமிரா எதித்திண்டு போயிருக்கா... நான் ஏன் போய் கெஞ்சணும்... வரபோது வரட்டும்...

கை : ஐயங்காரும் போயிட்டான்... சாப்பாட்டுக்கு...

ரகு : ஐயங்கார் இல்லேன்னா என்ன ஒரு ஐயர் கிடைக்க மாட்டாரா... பார்ப்போம்...

(திரை)

காட்சி 12

ரகுபதி வீடு

(பீமாராவ் புது சமையக்காரன் - Replacement for Iyankar... பீமாராவ் தூங்குகிறான்... ரகுபதி குறுக்கும் நெடுக்கும் நடந்து)

ரகு : Hallo... please கெஞ்சி கேட்டுக்கறேன்... தயவுசெஞ்சு எழுந்துரு... (உலுக்கி) மணி பாரு 8.30 ஆறது... பத்து மணிக்கு நான் ஆபீஸ்ல இருந்தாகணும்... அடம்புடிக்காம எழுந்துரு கண்ணா... (அலுத்து) சேத்தரி, என்ன எழவுடா இது? இப்படி ஒரு தூக்கம் தூங்கறான்... (கைலாசம் Entry)

கை : என்னடா ரகுபதி... நீ தூங்கிண்டு இருப்பேன்னு இல்ல நெனச்சேன்... எழுந்துட்டியா...

ரகு : அதையேன் கேட்குறபோ... நான் 5.30 மணிக்கே எழுந்தாச்சு... இன்னம் இந்த பீமாராவ் எழுந்துக்கற வழிய காணும்... எழுந்துக்கோம்மா Please...

கை : யார்டா இது...

ரகு : புது சமையக்காரன்... ஐயங்கார் தனக்கு பதிலா replacementக்கு ஒரு பிரம்மஹத்தியை அனுப்பிருக்கான். இது என்கிட்ட வேலைக்கு சேந்து ரெண்டு நாளாச்சு...

கை : பின்ன என்ன இவன் தூங்கிண்டுருக்கான்? ரெண்டு நாள் நான் ஊர்ல இல்லாத போது இங்க எக்கச்சக்கமான changes போலருக்கு... அதெல்லாம் சரிடா... நீ எப்படிடா 5.30 மணிக்கு எழுந்தே... உன் wife கூட இல்லை... Happyயா தூங்க வேண்டியதுதானே...

ரகு : ஜானகி சொல்லி, சொல்லி 5.30 மணிக்கு ரெண்டு மாசமா எழுந்துக்கற பழக்கம் வந்துடுத்தா... இப்ப நெனைச்சாலும் தூங்கறது கஷ்டமாயிருக்கு... 5.30 மணிலேந்து கொட்டு கொட்டுன்னு முழிச்சுண்டு இருக்கேன்... இதுல வயத்தெரிச்சல் என்னான்னா நான் தூக்கம் வராம தவிக்கறது போறாதுன்னு இவன் தூங்கறதை பாத்து பொறாமைப்பட வேண்டிருக்கு...

கை : என்னடா மணி 8.45 ஆறது? எப்ப இவன் எழுந்து சமைச்சு நீ சாப்பிட்டு ஆபீசுக்கு வரது?

ரகு : கொல்லாதடா என்னை... எழுந்துடுவோம்கறதுக்கு அறிகுறியா கொஞ்சம் அந்தப் பக்கம் இந்தப் பக்கம் பிரண்டு படுப்போம்... எழுந்துப்பேன்கறதுக்கு Hopeஐ கொடுக்காம தூங்கறியேடா கண்ணா...

கை : அவன் கிட்ட என்னடா கெஞ்சல்... யோவ், இப்ப நீ எழுந்துக்க போறியா இல்லையா...?

ரகு : சும்மா இருடா... நீ வேற...

கை : Afterall சமயக்காரன்... இவன் கிட்ட என்னடா பயம்...

ரகு : சீ... ஒரு காலத்துல ஓகோன்னு இருந்தவன்... இவனை யாருன்னு நினைச்சே... மாம்பலத்துல இவன் பேர்ல 3 ஹோட்டல் இருந்ததுன்னா பாத்து கோயேன்... டேய்...டேய்... உடம்பு லேசா அசையறது பார்... எழுந்துக்கப் போறான்னு அர்த்தம்...

கை : கஷ்டம்... ஏண்டா தலையெழுத்து? கட்டியவளை விரட்டி அடிச்சுட்டு கண்டவனை கட்டிண்டு அழற...

ரகு : நான் ஒண்ணும் அவளை விரட்டி அடிக்கலை... அவளேதான் போயிட்டாள்... நான் சொல்லலை... எழுந்துட்டான் பாரு...

(கண்ணை கையால் பொத்திக் கொண்டு)

பீமா : குட்மார்னிங் ரகுபதி சார்...

கை : என்னடாது எதுக்காக முகத்தை கையால மூடிண்டு ருக்கான்...

(ரகுபதி முகம் பார்க்கும் கண்ணாடி எடுத்து)

ரகு : ஒரு நிமிஷம் (வந்து) இந்தா கண்ணாடி... நான் சொல்லலை சில principlesலாம் உண்டுன்னு... கார்த்தால எழுந்தவுடனே தன் முகத்துலதான் விழிப்பார்...

பீமா : அப்பதான் சார் அன்னிய பொழுது நல்ல பொழுதா கழியும்...

கை : பாதி பொழுது தூக்கத்துலேயே உமக்கு போயிடும் போலருக்கே...

பீமா : ஆமாம்...

ரகு : என்ன... அதான் எழுந்தாச்சே? அப்பறம் என்ன யோசனை... மடமடன்னு சமைக்க ஆரம்பிக்க வேண்டியதுதானே... ஆபீசுக்கு டயமாச்சு...

பீமா : அப்ப சமைக்கலாங்கறீர்...

ரகு : ஆமாம்... தோ பாரும் யோசிக்காதே... யோசிச்சா... வாண்டாமுன்னுதான் தோணும்...

பீமா : பாதி தூக்கத்துல தடால்னு எழுந்தேனா... சரியான தலைவலி வந்துடுத்து...

ரகு : போச்சுடா...

பீமா : பயப்படாதேள்... எப்படியும் சமைச்சுடுவேன்... தயவு செய்து உள்ளே டேபிள்ள அமிர்தாஞ்ஜனம் இருக்கு... அதை...

ரகு : *(போய் எடுத்து வந்து)* இந்தாரும் அமிர்தாஞ்ஜனம்...

பீமா : இதோ... இந்த எடத்துல...

ரகு : என்ன? தடவி விடணுமா...

பீமா : ம்... ஏன்னா இப்ப நான் இதை தொட்டுட்டு சமைச்சா அப்பறம் சமையல்லேயும் அதே வாசனை வரும் அதான். நான் சாப்பிட முடியாது.

ரகு : சரி... நெத்தியை காட்டும்... உன்கிட்ட ஒண்ணு சொல்லணும்...

பீமா : என்ன...

ரகு : அதாவது நீர் என்கிட்ட வேலைக்கு சேந்துருக்கீர்... நான் உமக்கு சம்பளம் தரேன்...

பீமா : அதுக்கென்ன இப்போ...

ரகு : ஒண்ணுமில்லே, ஞாபகப்படுத்தினேன்... அவ்வளவு தான்...

பீமா : அம்மாடி... தெம்பா இருக்கு... சார் யாரு...

ரகு : என் பிரண்டு... கைலாசம்...

பீமா : எனக்கு இது ஒரு ப்ராப்ளம்... காத்தால எழுந்த வுடனே தலைவலி வந்துடும்...

ரகு : அதுக்காக தூங்கிண்டே இருக்க முடியுமா... சமையலை கவனி...

பீமா : தோ பாரும், என்னை அவசரப்படுத்தினா எனக்கு கைகால் ஓடாது... ஆமாம்...

ரகு : பொறுமைக்கு ஒரு அளவு உண்டு ராவ்...

பீமா : இப்ப என்னங்கறீர்... ஏதோ ஐயங்கார் சொன்னா ரேன்னு பாவம் சோத்துக்கு கஷ்டப்படறீரேன்னு உம்ம கிட்ட வந்தேன்...வேணாம்னு சொல்லுங் கோ, நான் போயிடறேன்...

ரகு : சாரி...சாரி... தெரியாம சொல்லிட்டேன்... போறுமா... நீர் போய் சமையலை கவனியும்...

பீமா : தோ பாருங்கோ, சேந்த அன்னிக்கே சொல்லிட் டேன் - நான் குளிச்சு என் குலதெய்வத்தை கும் பிட்டதுக்கப்பறம்தான் கரண்டியை பிடிப்பேன்... (Exit)

ரகு : போச்சு... குளிக்க போயாச்சு... தலையெழுத்து... எனக்குன்னு வந்து சேந்துதே...

கை : டேய் குளிக்காம எதுக்குடா சமையல் பண்ணணும்? அது சொல்றதும் கரெக்ட்தானே...

ரகு : போடா... உனக்கு தெரியாது குளிக்கறதை பத்தி... புழலேரில water level 4 அடி குறையற வரை ஜலத்தை மொண்டு மொண்டு கொட்டிண்டு இருக்கும். அது போறாதுன்னு குளிச்சுட்டு குல தெய்வம் அதுக்கு ராமர்... சுலோகம் சொல்ல ஆரம்பிச்சுடும்... ஏதோ ஒண்ணு ரெண்டு சொல்லுவா... குலதெய்வம் ராமர்தான் இல்லேங்கல - அதுக்கனு whole வால்மீகி ராமாயணத்தையே சொல்லும்...

கை : அட கர்மமே...

ரகு : மொதல்ல சாயங்காலம் வரச்சே... இதுக்கு வால் மீகி ராமாயணம் Abridged ஒண்ணு வாங்கி தரணும்...போற ரேட்டுல இது எனக்கு எஜமானா ஆயிடும் போலருக்கு...

கை : பொறுப்பில்லாம சோம்பேறியா இருந்தா மிச்ச வாளுக்கு எவ்வளவு கஷ்டம்ன்னு இப்ப புரியுதா... இங்க இருக்கு மாம்பலம்... பேசாம போய் wifeஐ கூப்பிட்டு வச்சுக்கற வழியைப் பாரு...

ரகு : நான் ஏன் போகணும்? தலையெழுத்தா...

அவளுக்கே வரணும்னு இருந்தா வரட்டும்... நான் இப்ப போனா என்னமோ அவ கால்ல போய் விழற மாதிரி இருக்கும்...

கை : பைத்தியம்டா நீ... எவனோ மூணாவது மனுஷன் அவனை படுகாரியமா எழுப்பி கண்ணாடியை காமிச்சு அமிர்தாஞ்சனம் தடவிவிட்டு சிசுருஷை பண்ணிண்டுருக்கியே... தலையெழுத்துதானே...?

ரகு : அட, அப்படித்தான் விட்டுப்புடிக்கணும்... பாவம் ராவ் - வயசான மனுஷன்... Adjust பண்ணிண்டு போறதுல என்ன தப்பு...

கை : இந்த adjustmentஐ உன் wife கிட்ட பண்ணா என்ன... குறைஞ்சா பூடுவே...

ரகு : Please கைலாசம், அவளைப் பத்தி பேசாத... அவளுக்கு என்ன தெரியுமா எண்ணம்... நான் என்னமோ... இது நாள் வரை ரொம்ப மோசமா இருந்துட்ட மாதிரியும்... அவ வந்து என்னை கொஞ்ச கொஞ்சமா change பண்ணி உசத்தியா ஆக்கிண்டுருக்கற மாதிரியும் நெனைப்பு... இவ சொல்லி நான் என்னடா கேக்கறது... கெடக்கட்டும் ஒரு மாசம்... தனியா இருந்தால்தான் என் அருமை புரியும்.

கை : அவ புரிஞ்சுக்க போறாளா... இல்லை ஒரு மாசத்துல நீதான் அவ அருமையை புரிஞ்சுக்க போறியோ... பாத்துடுவோம்... சரி, நான் அப்ப கிளம்பறேன்...

ரகு : இரேண்டா... ஆபீசுக்குத்தானே? நானும் சாப் பிட்டுட்டு வரேன்...

கை : சர்தான், குளிக்கவே இப்பதான் போயிருக்கான்... இவன் சமைச்சு முடிக்கவே 10 மணி ஆயிடும்... அப்பறம்... சொல்ல மறந்துட்டேனே, நம்ப மானேஜர் ஜகந்நாதன் ஒரு மாசம் லீவுல போயிருக் கார்... சனிக்கிழமை வந்து சொல்லிட்டு போனார்... atleast இந்த ஒரு மாசமானா சீக்கிரம் ஆபீசுக்கு வந்துட்டு போக சொன்னார்... நான் போறேன் முதல்ல... நீ மெல்ல சாப்பிட்டுட்டு வா...

ரகு : மானேஜர் இருக்கச்சேவே நாம லேட்டாதான் போவோம்... இப்பதான் மானேஜரே இல்ல... நம்மள கேட்க கூட ஆள் கிடையாது... மெள்ள போகலாம்டா...

கை : மடையா, இப்பதான் சீக்கிரம் போகணும். நம்ப கம்பெனி வியாபாரம் வேற சரியில்லை, மானேஜரும் வரலை... நாம லேட்டா போனா யாரும் வரலேங்கற காரணத்துக்காக சாக்கு வச்சு கம்பெனியை மூடினாலும் மூடிடுவாங்க... நான் வரேன்.

(திரை)

காட்சி 13

ஆபீஸ்

(புது மானேஜர் பொன்னுவேலு chairல அமர்ந்திருக்கிறார்)

(கைலாசம் Entry...)

பொன் : Hallo good Morning...

கை : குட் மார்னிங், குட் மார்னிங் (பை குடையை வைக்கிறான்) உங்களுக்கு என்ன வேணும்!

பொன் : என் பேரு பொன்னுவேலு... என்ன எலே உங்க ளுடைய மானேஜர் ஜகந்நாதன் உங்களண்டை நான் வருவதை பத்தி ஒரு எளவும் சொல்லலியா...

கை : யோவ் என்னய்யா? நாட்டானாட்டம் எலே கிலேங்கற... தோ பார், மானேஜர் ஒரு மாசம் லீவுல போயிருக்கார்... அவரை இப்ப பாக்க முடியாது...

பொன் : நான் எதுக்கேலே அவரை பாக்கணும்... அவுகளுக்கு பதிலா Deputationல திருநெல்வேலிலேந்து வந்த புது மானேஜர் எலே நானு... விளங்கிச்சா...

கை : நீர் Deputationல வந்த மானேஜரா... என்கிட்ட அவர் இது பத்தி ஒண்ணும் சொல்லலியே...

பொன் : உம்மகிட்ட ஏன்வே சொல்லணும்... நீர் என்ன General Managerஆ... குமாஸ்தாதானே... பைதிபை நீர்தான் ரகுபதியா...

கை : இல்லை கைலாசம்...

பொன் : அப்ப ரகுபதி எங்கவே காணும்...லீவா...

கை : இல்லை, வந்துடுவான்...

பொன் : எப்ப எலே வருவார்... மணி 10.15 ஆவுது - இஷ்டத்துக்கு வந்துட்டு போவ இது என்ன வூடா... எலே, இப்ப சொல்றேன் கேட்டுக்க... தின்னவேலி பிராஞ்சுலே பொன்னுவேலு வரான்னா அவனவன் கைகால் நடுக்கம் காணும் தெரியுமில்ல... விளங்கிச்சா...

கை : (பயந்து) விளங்கிச்சு...

பொன் : உள்ள ரூம்ல பழைய பைலெல்லாம் தேங்கிக் கிடக்குது... clear பண்ற வழியை பாரு எலே... முட்டி முட்டியை பேத்துடுவேன்... போ எலே... ஏன் நிக்கற மந்தியாட்டம்...

கை : தோ போறேன் சார்... (Exit)

பொன் : சோம்பேறி பயலுங்க... பல்லைத் தட்டி கைல குடுத்தாதான் பயலுக வழிக்கு வருவானுங்க... (ரகுபதி Entry) Hallo good Morning...

ரகு : குட்மார்னிங்... சார் யாரு... உங்களுக்கு என்ன வேணும்...?

பொ : எனக்கு இப்பத்திக்கு டிஜிப்ளின் வேணும்.

ரகு : டிஜிப்ளினா...

பொன் : English தெரியாதவள்ளலாம் யாரையா வேலைக்கு வெச்சாங்க... டிஜிப்ளின்னா கட்டுபாடுவே...

ரகு : ஓ... டிசிப்ளினா... அதையேன் இப்படி கடிச்சுக் குதர்றீர்... நாங்க டிசிப்ளின்லாம் விக்கறது இல்ல...

பொன் : என்ன எலே, வாய் ரொம்ப நீளுது?

ரகு : கொன்னுபுடுவேன்... ஏதோ போனா போறதுன்னு பேசிண்டுருந்தா... என்னையே அதிகாரம் பண்றியா... கைலாசம் எங்க...

பொன் : உள்ள பைலல்லாம் பாத்துண்டுருக்கார்...

ரகு : அது என்ன பார்வை... இந்த கைலாசம் ஒரு சரியான அசடு... மானேஜர் எதுக்கு இருக்கார்? ஒரு மாசம் லீவு முடிஞ்சு வந்தா தன்னால அத்தனையும் பாத்து clear பண்றார்...

பொன் : ஏன் வே, நீர் பாக்கவேண்டிய பைலை மானேஜர் பாக்கணுமா... என்னவே அக்கிரமமா இருக்கு...

ரகு : பைத்தியம், இந்த ஆபீஸ்ல அதாண்டா முறை... (கைலாசம் Entry with file) கைலாசம், யாருடா இது பிரம்மஹத்தி...காலங் கார்த்தால வந்து பிராணனை வாங்கறது...

கை : டேய் ரகுபதி பேசாம இருடா... சாரி சார், அவன் தெரியாம...

ரகு : ஏண்டா எவனோ மூணாவது மனுஷன்... ஏண்டா பயப்படறே...

கை : பேசாம இருடா... மூணாவது மனுஷனா? ஒரு மாசத்துக்கு இனி இவர்தான் மொதல் மனுஷன்...

பொன் : ரகுபதி கேட்டுக்க... உங்க மானேஜருக்கு பதிலா வந்த புது மானேஜர் நானு... விளங்கிச்சா...?

ரகு : புது மானேஜரா...

பொன் : ஆமாம்வே... தின்னவேலி பிராஞ்சல பொன்னு வேலுன்னா அழுத புள்ளை வாயை மூடும்...

ரகு : அழுத புள்ளை வாயை மூடுமா... திருநெல்வேலி Branchல குழந்தைகளா வேலை பாக்கறது...

பொன் : Look I am a very Strict Man... ரகுபதி, இந்த 20 பைலை இன்னி பொழுது சாயறதுக்குள்ள clear பண்ணலே, உமக்கு நான் மெமோ கொடுப்பேன்... நாளைக்கும் clear பண்ணலே... சஸ்பெண்ட்

பண்ணுவேன்... நாளன்னிக்கும் clear பண்ணலே, வூட்டுக்கு அனுப்பிடுவேன்... ஜாக்கரதை...

ரகு : சார்... அது...

பொன் : பாதி பேசறச்சே குறுக்கே பேசினா சம்பளத்துல பத்து ரூபா கட் பண்ணிடுவேன்... விளங்கிச்சா... இங்களே ஆபீசுக்கு ஏன்வே லேட்டு...

ரகு : அங்களே சாப்பாடு ரெடியாவலை... அதான்வே லேட்டு...

பொன் : கிண்டலா பண்றீர்... இந்தா புடியும் மெமோ, லேட்டா வந்ததுக்கு ... உம்ம சம்பளத்துல இம்மாசம் 20 ரூபா புடிக்கறேன். ரெண்டு தடவை லேட்டா வந்தா suspend பண்ணுவேன்... மூணாவது தடவையும் லேட்டா வந்தா...

ரகு : வீட்டுக்கு அனுப்புடுவீங்க... விளங்கிச்சு...

பொன் : ஏன் எலே ரகுபதி... வூட்டுல பெண்சாதியை சீக்கிரமா சமைக்க சொல்றது... ஆபீசுக்கு ஒழுங் கான நேரத்துக்கு வரலாம்ல்லை... என்ன பேசாம இருக்கீங்க... பெண்சாதிகிட்டே பயம், அப்படித்தானே...

கை : (சிரித்து) நல்லா சொன்னீங்க சார்...

பொன் : சிரிக்காதவே... இன்னொரு வாட்டி சிரிச்சே மெமோ குடுப்பேன் தெரியுமா... ரகுபதி...

ரகு : Yes sir...

பொன் : நாளைலேந்து ஆபீசுக்கு சீக்கரமா வந்துடுவே? என்ன விளங்கிச்சா...?

ரகு : Yes sir...

பொன் : நான் ஜகந்நாதன் இல்லை... பொன்னுவேலு... உள்ள நான் போவட்டா... ஒழுங்கா இருப்பீங்களா...

ரகு : இருப்போம் சார்...

பொன் : இருப்போம் என்ன? இருக்கணும்... பல்லைத் தட்டி கைல குடுத்துடுவேன்... (Exit)

அ· அ· அ· #8

ரகு : ஏண்டா கைலாசம், மகாமுரடனா இருப்பான் போலருக்கே...

கை : ரகுபதி Inter - office communication பைலைப் பாத்தேன்... Head Offceலேந்து லெட்டர் போனவாரம் வந்துருக்குடா ஜகந்நாதனுக்கு - அவருக்கு பதிலா replacement யாரையாவது suggest பண்ணச் சொல்லி... இது பொன்னுவேலுவை suggest பண்ணியிருக்கு...

ரகு : அதாண்டா... நம்ம மேல இருந்த வெறுப்பை காட்ட அதுக்கு நல்ல சான்ஸ் கிடைச்சுருக்கு! மகாமுரடனான இவனை replacementக்கு சொல்லி லெட்டர் போட்டுருக்கு... வரட்டும் லீவு முடிஞ்சு - ஜகந்நாதன் மறுபடி இங்கதானே வரணும்...

கை : அதுவரை எனக்கென்னவோ பொன்னுவேலு போற ரேட்டை பாத்தா இன்னும் ஒரு மாசத்துக்குள்ள நம்ம வேலை போனாலும் ஆச்சரியப்படறதுக்கில்லை...

ரகு : எல்லாம் என் தலையெழுத்துடா... wifeஐ பொறந்தாத்துக்கு அனுப்பிட்டு சந்தோஷமா பழைய பாச்சுலர் லைப்பை Lead பண்ணலாம்னு பாத்தா... ஐயங்கார் தனக்கு பதிலா பீமாராவை அனுப்பிச்சு சோத்துல மண்ணை போட்டான்... அட ஆபீஸ் லேயாவது சந்தோஷமா இருக்கலாம்னா, இங்க ஜகந்நாதனுக்கு பதிலா பொன்னுவேலு... ஏண்டா இப்படி திடீர்னு எனக்கு எல்லாமே தப்பா நடக்கறது...

கை : அதான் life... கஷ்டம் லேசுல வராது... வந்தா ஒண்ணா சேந்து வரும்...இனிமேயாவது பொறுப்பா இருக்க பழகிக்க... மொதல் காரியமா உன் wifeஐ கூப்ட்டு வச்சுண்டு வேளா வேளைக்கு சாப்பிட்டு ஆபீசுக்கு கரெக்ட் டயத்துக்கு வர வழியை பாரு... யாருக்குமே வீட்டுல எல்லாம் சரியா இருக்கணும்... அப்பத்தான் வெளியேயும் ஒழுங்கா இருக்க முடியும்...

ரகு : அந்த Topicஐ மட்டும் எடுக்காத... ஆயிரம்

கஷ்டம் வந்தாலும் அதை நான் ஆம்பளையா சமாளிச்சுப்பேன்...

பொன் : (entry) யாருப்பா இங்கே ஆம்பிளை?

(திரை)

காட்சி 14

ஜானகியின் பிறந்த வீடு

விஸ் : ஜானகி... ஆயிரம் இருந்தாலும்... அவன் உன் புருஷன்டி... நீ பிடிவாதம் பிடிக்கறது கொஞ்சம் கூட நன்னாயில்லை...

ஜானகி : நானும் மனுஷிதாப்பா... எனக்கும் மனசு உண்டு... அன்னிக்கு நான் பெட்டியை எடுத்துண்டு கிளம்பறேன்... ஒரு வார்த்தை சாஸ்திரத்துக்கு வேண்டி ஜானகி போகாதேன்னு சொன்னாரா... ஏன் சொல்லலை... அவருக்கு அம்மாதாம்பா முக்கியம், நான் secondaryதான்...

விஸ் : சண்டை உனக்கும் உன் மாமியாருக்கும்... இதுல திண்டாடறது உன் புருஷன்... பாவம் மத்தளத்துக்கு ரெண்டு பக்கம் இடிக்கற மாதிரி சொல்லவும் முடியாம மெல்லவும் முடியாம அவன் திண்டாடறான்... நேத்து மைலாப்பூர்ல நம்ம டாக்டர் ஸ்வாதி clinic போயிருந்தேன்; உன் புருஷன் அங்க வந்துட்டு போனான்... ஏதோ வயித்து வலியாம்... போடி, இப்பதாண்டி உன் Dutyயையே நீ செய்யணும்...

ஜானகி : மனுஷான்னு இருந்தா வயத்துவலி, தலைவலி வரத்தான் செய்யும்... அப்படி நெஜமாவே அவருக்கு நான் தேவைன்னா ஒரு கால் கடுதாசி போட்டா என்ன குறைஞ்சா போயிடுவார்...

விஸ் : கேட்டேனே அதையும் அவர்கிட்டே... பாவம்

எவ்வளவு விரக்தியா பேசினார் தெரியுமா? ‘சார்... எனக்கு உங்க பொண்ணு எவ்வளவு முக்கியமோ அவ்வளவு முக்கியம் எங்கம்மாவும்... சண்டை அவாளுக்குள்ளனா சமாதானமும் அவாதான் பண்ணிக்கணும்... நான் யாரையும் வரக்கூடா துன்னு சொல்லலை... வந்தா ரெண்டு பேரும் சேந்து வரட்டும்... இல்லை ஒருத்தரும் வரவே வாணாம்’னுட்டார்.

ஜானகி : நெனைச்சேன்... நான் சொல்லலை... அவர் எப்போதுமே அம்மா சைடுதாம்பா... தோ பாருப்பா முடிவா சொல்லிட்டேன்... என் மாமியாரோட என்னால சேந்து வாழ முடியாது... அவருக்கா இஷ்டம் இருந்தா என்னை வந்து கூட்டிப் போகட்டும்... இல்லே நான் இப்படியே இருந்துட்டுப் போறேன்...

விஸ் : எக்கேடு கெட்டுப்போ... It is your life... எனக்கு மாப்பிள்ளையை நெனைச்சாதான் பரிதாபமா யிருக்கு... நேத்து டாக்டர் clinicல பாக்கச்சே முகத்துல தாடியோட இருந்தார்... பாவம்...

ஜானகி : அதெல்லாம் ஒண்ணுமில்லை... அவருக்கு காத்தால ஷேவ் பண்ணா சாயங்காலம் வளர்ந்துடும்...

விஸ் : சபாபதிக்கு லெட்டர் போட்டு இதுக்கு ஒரு முடிவு கட்டணும்...

ஜானகி : அப்பா, தயவு செய்து அதை மட்டும் செய்யாத... அதை படிச்சுட்டு என் மாமியார் நாம என்னமோ பயந்து போய் கால்ல விழுந்துட்டா மாதிரி நெனைச்சுப்பா...

விஸ் : இப்படியே எத்தனை நாள்தான் இருப்பே...

ஜானகி : வருவார்பா... அவரே வந்து என்னை கூட்டிண்டு போவார்... பொறுத்துக்கோ... கால்ல கட்டி வந்தா பழுக்க விட்டாதானே உடையும்...?

விஸ் : பழுத்தா உடையும் சரி... பாத்தும்மா... உள்ள புரையோடிடப் போவுது...

(திரை)

காட்சி 15

ரகுபதி வீடு

(ரகுபதி சோபாவில் உட்கார்ந்திருக்கிறான்)

கை : வாங்கோ டாக்டர்... (டாக்டர் ஸ்வாதி வருகிறார்) என்ன ராவ்... ரகுபதிக்கு இப்ப எப்படி இருக்கு...

பீமா : இப்பதான் மயக்கம் தெளிந்தது...

கை : பேசிண்டே இருந்தான் டாக்டர்... வயித்தை பிடிச்சுண்டு துடியா துடிச்சு மயக்கம் போட்டு விழுந்துட்டான்...

டாக்டர் : ரகுபதி, (வயித்தை தொட்டு) வலி அடி வயத்துலேயா, மேல் வயத்துலேயா...

ரகு : போங்க டாக்டர்... இருக்கறதே இத்தூண்டு வயிறு... இதுல என்ன அடி வயிறு, மேல் வயிறு?

டாக்டர் : நீங்க சொல்ற பதிலை வச்சுண்டுதான் என்னால என்ன வியாதின்னு கண்டுபிடிக்க முடியும்...

ரகு : அதான் வயித்து வலிங்கறேனே...

டாக்டர் : சாதாரண வயித்து வலிக்கு வெந்தயம் போட்டு மோர் குடிச்சா சரியா போயிடும்... நீர் மயக்கம் போட்டு விழுந்துருக்கீர் வலி தாங்காம ... என்ன அர்த்தம்...

ரகு : என்ன...

டாக்டர் : I Think உங்களுக்கு வந்துருக்கறது பெப்டிக் அல்சர்னு நினைக்கிறேன்.

ரகு : What... அல்சரா... கைலாசம்?

டாக்டர் : Initial stageதான்... ரொம்ப ஜாக்கரதையா இருக்கணும்... especially சாப்பாடு விஷயத்துல ரொம்ப ஜாக்கரதையா இருக்கணும்... சட்டுபுட்டுன்னு கல்யாணத்த பண்ணிக்குங்க... பொண்டாட்டி கையால சாப்பிட்டா அல்சர் என்ன எல்லா வியாதியும் குணமாயிடும்... (பீமாராவைப் பார்த்து)... ஏன் சார், உங்க பையனுக்கு ஒரு

கல்யாணத்தை முடிச்சுவக்கறது... என்ன முழிக்கறீர்...

ரகு : ஓய், வாயை தொறந்து சொல்லுமே நீர் யாருன்னு...

கை : டாக்டர் இவர் பீமாராவ்... ரகுபதியோட அப்பா இல்ல... இந்த வீட்டு சமையக்காரன்...

டாக்டர் : சாரி... ஜாடை கொஞ்சம் இருந்ததா... தெரியாம சொல்லிட்டேன்...

ரகு : ஓய்... உள்ள போய் இருங்காணும் - உம்மால என் குடும்பமானமே கெட்டுடும் போலருக்கு...

டாக்டர் : ஒரு டம்ளர் மோர் கொண்டு வாங்கோ... ரகுபதி காரமே சாப்பிடக் கூடாது... என்ன... என்ன சார் friendஆ இருக்கீங்க? ஒரு கல்யாணத்துக்கு வழி பண்ணப் படாது...

ரகு : வந்ததுலேந்தே இந்த ஆள் சரியில்லைடா... என்னோட சுய சரிதத்தை தரேன் - படிச்சுட்டு வைத்தியத்தை ஆரம்பியும்...

கை : டாக்டர்... இவனுக்கு ஏற்கனவே கல்யாணம் ஆயிடுத்து...

டாக்டர் : கல்யாணம் ஆயிடுத்தா... அப்ப wife எங்க...

கை : wife பொறந்த வீட்டுக்கு போயிருக்கா...

டாக்டர் : என்ன wifeவோட சண்டையா... நெனைச்சேன்... தோ பாருப்பா... wifeங்கறது யாரு - just அம்மாக்கு ஒரு replacement...ஒரு stage வரை அம்மா பாத்துப்பா... அதுக்கப்பறம் wifeதான்...

பீமா : டாக்டர், இந்தாங்க மோர்...

டாக்டர் : என்னது மோர்ல என்னமோ மொதக்குது...

பீமா : ஒண்ணுமில்லே... காரசாரமா இருக்கட்டுமேன்னு கொஞ்சம் மொளகு போட்டேன்...

டாக்டர் : பாவி... காரமா சாப்பிடற நிலையிலா இருக்கார் இவர்... குடல்ல ஓட்டை விழுந்துடும்டா... இதுக்குத்தான் சொல்றது ஒரு wifeபோ அம்மா

வோ இருந்தா இது மாதிரி அசட்டுத்தனமா பண்ணுவாளா... (குடிச்சுப் பாத்து) அப்பா என்ன காரம்? மோர்லேயே இவ்வளவு காரம்னா இவர் சாம்பார் எப்படி இருக்கும்... அதான் அல்சர்ல கொண்டு விட்டுருக்கு...

ரகு : டாக்டர் அவனை வுடுங்க... இது குணமாக நான் என்ன பண்ணணும்?

டாக்டர் : ஒண்ணும் வாணாம், நான் சொல்றதை பண்ணு... மொதல் காரியமா இந்த ஆளை வேலைய விட்டு அனுப்பு... ரெண்டாவது நான் சில மாத்திரைகள் தரேன்... அதை ஒழுங்கா வேளா வேளைக்கு சாப்பிடு... மூணாவது The most important thing உங்கம்மாவையும் உன் வைஃப்பையும் கூப்பிட்டு பக்கத்துல வச்சுக்கோ... தோ பார் for every successful man there is a woman behindனு சொல்லுவா... ஒத்தனோட successக்கு மட்டுமில்ல survivalக்கும் there should be a woman behind...ஆமாம்...

ரகு : கைலாசம்...

கை : ஒண்ணும் யோசிக்காத... டாக்டர் சொல்றபடி கேளு... மொதல்ல உன் அம்மாவையும் உன் wifeயும் வரவழைச்சு வச்சுக்கோ... அதுலேயே உனக்கு பாதி குணமாயிடும்...

டாக்டர் : தோ பாருப்பா... உனக்கே தெரியும் நான் எவ்வளவு பெரிய டாக்டருன்னு... எனக்கு தலைவலி வந்தா நான் அனாவசியமா மாத்திரை முழுங்கறது கிடையாது... wife கிட்ட சொன்னா போதும் தலையை இதமா பிடிச்சு விடுவா... தலைவலி பறந்துபோயிடும்... infact இதுக்காகவே அடிக்கடி தலைவலி வராதான்னு தோணும்... அப்ப நான் கிளம்பறேன்... Next time நான் இங்க வரச்சே உன் அம்மா உனக்கு மருந்து கொடுத்திண்டு இருக்கணும், உன் wife உன் காலை பிடிச்சு விட்டிண்டுருக்கணும்... புரிஞ்சுதா... வாரேன் கைலாசம்... பீமாராவ், இப்படி வாரும்...

பீமா : என்ன டாக்டர்...

டாக்டர் : நீர் இனி உம்ம கையால எதானா பண்ணி ரகுபதிக்கு கொடுத்தீர்னா கொன்னுபுடுவேன்... மொதல்ல எடத்தை காலி பண்ணும்... (Exit)

கை : என்ன ரகுபதி... உங்கம்மாவுக்கு ஒரு தந்தியும் உன் wifeக்கு ஒரு லெட்டரும் போட்டுடட்டுமா... இது மாதிரி ரகுபதி Serious - suffering from ulcer. Start immediately.

ரகு : உனக்கு ஞாபகம் இருக்கா கைலாசம்? என் கல்யாணத் துக்காக எங்க அப்பா அம்மாவை வரவழைக்க நாம இதே அல்சரைத்தான் விளையாட்டா எழுதி போட் டோம்... இப்ப பாரு எனக்கு நெஜமாவே அல்சர். வருது வருதுன்னு விளையாட்டா சொல்ல போய் கடைசில நெஜமாவே புலி வந்த கதையா போச்சு... ஏண்டா கைலாசம், இப்ப இதுங்க ரெண்டுத்தையும் இங்க வரவழைக்கலாம்கறியே... ஏற்கனவே ரெண்டும் எலியும் பூனையுமா இருக்கே...

கை : தோ பார்... ரகுபதி... இந்த சண்டை சச்சரவு எல்லாம் குடும்பத்துக்குள்ள சகஜம்... வீட்டுக்கு வீடு வாசப்படி... தோ பார் ஆயிரம் இருந்தாலும் அவா யாரு - உன் அம்மாவும் பொண்டாட்டியும் தானே... adjust பண்ணிண்டு போடா... lifeனா ப்ராப்ளம் இருக்கத்தான் செய்யும்... you have to live with these problems.

ரகு : How long...?

கை : Till you Die...

(திரை)

காட்சி 15

ரகுபதி வீடு

கை : ரகுபதி, நான் சொல்றதை கவனமா கேளு... இன்னும் கொஞ்ச நேரத்துல அவா ரெண்டு பேரும் வந்துடுவா.

ரகு : அதையேண்டா ஞாபகப்படுத்தற... இப்ப எனக்கு எப்படி தெரியுமா இருக்கு... பிளேன்ல சொல்லு வாங்க - இஞ்சின் கோளாறு, விமானம் எந்நேரமும் கவிழலாம், பயணிகள் ஜாக்கிரதைன்னு... அது மாதிரி இருக்கு...

கை : உன்கிட்ட இதான் ப்ராப்ளம்... தோ பார்... இனிமேலான wifeகிட்ட அனாவசியமா அசடு வழிஞ்சுண்டு அவ சொல்றதுக்கெல்லாம் தலை யாட்டிண்டு இருக்காத... அதுக்குனு ஒரேயடியா அவளை ஆட்டி படைக்கவும் வாணாம்...Be Normal...

ரகு : அதுங்க ரெண்டும் இங்க வந்து சண்டை போட்டுண்டா... வீடே ரகளையா போய்டும்- எனக்கு பெரிய தலைவலியா இருக்கும்...

கை : நீ ஏன் அனாவசியமா போட்டு குழப்பிக்கற... சண்டை போட்டா சமாதானப்படுத்திப் பாரு... முடியலியா... ரெண்டுத்தையும் நிக்க வச்சு சரமாரியா திட்டு... கப்புன்னு அடங்கிடும்... அவாள பேசவே விடாத... உனக்கு அல்சர் வந்ததுக்கு காரணமே அவாதாங்கற மாதிரி கத்து... அப்பறம் பாரேன்...

ரகு : என் தலையெழுத்து... என் விஷயத்துலே மாமியார் மாட்டுப்பொண் சமாதானமாய் போனாலும் கஷ்டமாயிருக்கு... சண்டை போட்டாலும் கஷ்டமாயிருக்கு... ஆச்சு... ஒண்ணு வந்தாச்சு போலருக்கு... *(Janaki Entry)*

ஜானகி : ஏன்னா, இப்ப எப்படி இருக்கு உங்களுக்கு...

அல்சராமே... இப்படி அல்சரை வரவழைச்சுண்டு இருக்கீங்களே, உங்களுக்கு வெட்கமா இல்லை...

ரகு : என்ன ஜானகி, அல்சர் வந்தா நான் ஏன் வெக்கப் படணும்...?

ஜானகி : அது சரி... உங்கம்மா - அதான் என்னோட மாமியார்- வந்தாளோ...

ரகு : இல்லை... இன்னும் வரலை...

ஜானகி : வர மாட்டாளே... எனக்கு தெரியுமே... அவளுக்கு பையனும் மாட்டுப் பொண்ணும் எக்கேடு கெட்டுப் போனா என்ன... நான் ஒண்ணு கேட்டா தப்பா எடுத்துக்க மாட்டேளே...

ரகு : ஜானகி ஒண்ணு என்ன, 1000 சொல்லு... But ஒண்ணொண்ணா சொல்லு... ஒரேடியா சொல்லாத... தலை சுத்தறது...

ஜானகி : ஆமாம்... டாக்டர் வந்தாரா... மருந்து கொடுத்தாரா...

ரகு : ம்...ம்...கொடுத்தார். ஒரு மணிக்கு ஒரு தடவை மருந்து கலந்து சாப்பிடணும்.

ஜானகி : நீங்க இருங்கோ... நான் போய் எடுத்துண்டு வரேன்... (Exit)

ரகு : இவளோட நான் adjust பண்ணிண்டு போகணுமா... இவளை எப்படிடா சமாதானப்படுத்தறது... எதை சொன்னாலும் பொய்ங்கறா...

கை : இப்பதாண்டா புரியறது... உன்னோட ப்ராப்ளம் என்னன்னு.

ரகு : என்ன...

கை : ப்ராப்ளமே நீ தான்... அவ பாட்டுக்கு பேசிண்டே இருக்கா... வாயை தொறந்து ஒரு வார்த்தை சொல்ல மாட்டேங்கறியே... இதுமாதிரி இருந்தா ரொம்ப கஷ்டப்படுவ... எதிர்த்துப் பேசினா புடிச்சு ஒரு வாங்கு வாங்குடா...

ரகு : என்னடா கை நீட்டி அடிக்க சொல்றியா...

கை : சீ பைத்தியம், அது மாதிரி பண்ணி வைக்காத...

திருப்பி அடிச்சுட்டாள்னா அப்பறம் எங்க போய் மூஞ்சை வச்சுக்கறது...

ரகு : ஏண்டா நாம அடிச்சா அவளும் திருப்பி கொடுக்க தைரியம் வருங்கறே...

கை : நான் என் wife கிட்ட அந்த Risk எடுத்ததில்லை! சொல்லமுடியாது... Reaction எப்படி இருக்கும்னு...

(மங்களம் வெளியே இருந்தபடி ரகு ரகு என்று கூப்பிட்டுக் கொண்டே வர)

ரகு : அய்யய்யோ எங்கம்மாதான்... நான் குளோஸ்...

(சபாபதி - மங்களம் Entry)

ரகு : வாப்பா... வாம்மா...

மங் : ரகு, உனக்கு அல்சராமே... எப்படி துரும்பா இளைச்சுட்டான் பாருங்கோ... அந்த ராட்சஸி என்ன நெஞ்சழுத்தம் இருந்தா கட்டின புருஷனை அல்சர்ல தவிக்க விட்டுட்டு பொறந்தாத்துல ஹாய்யா இருப்பா...

சபா : வாயை பொத்திண்டு சும்மா இரேன்டி... டாக்டர் வந்தாரா, மருந்து கிருந்து கொடுத்தா ராண்னு விசாரிக்கறதை விட்டுட்டு... பழையபடி சண்டையை ஆரம்பிக்கறியே...

ரகு : இப்ப கூட ஜானகி எனக்கு மருந்து எடுத்துண்டு வரத்தான் உள்ள போயிருக்கா...

மங் : அதுக்கா உள்ள போயிருக்கா... ரகு, வாணாம்... இப்படித்தான் ஆரம்பிக்கும்... அப்பறம் தலைமேல ஏறி நிக்கும்... நம்பாத... எம் புள்ளைக்கு மருந்து தர இவ யாரு... நீ படுத்துக்கோடா ரகு... நான் உன்னை கவனிச்சுக்கிறேன்... (Exit)

ரகு : போச்சு, உள்ள ரெண்டும் தடிஅடிதான்!

சபா : பேசாம இருடா...அப்படித்தான் அடிச்சுக்கும்; அப்பறம் தானா ஒண்ணு சேந்துக்கும்... (உள்ளிருந்து)

மங் : தோ பாரும்மா... என்ன வேணுமுன்னு எனக்கு தெரியும். நீ அனாவசியமா சிரமப்படவேணாம்...

ஜானகி : ஆயிரம் இருந்தாலும் அவர் எம் புருஷன்... அவருக்கு எப்ப, என்ன மருந்து கொடுக்கணும்னு எனக்கு தெரியும்...

மங் : ஜானகி, வெளையாடாத, மருந்து பாட்டிலை குடு.

ஜானகி : ஏன், நான் அவருக்கு கொடுக்கக் கூடாதா...

மங் : மாமியாரை எதித்தா பேசறே...?

ஜானகி : வாண்டாம், புடுங்காதீங்கோ...

மங் : அப்படித்தான் புடுங்குவேன் (கிளிங், கிளிங், கிளிங் சத்தம்)

ரகு : 48 ரூபாய் 65 பைசா மருந்து குளோஸ்...

மங் : ரகு... அவ பாட்டிலை கீழ போட்டு...

ஜானகி : நான் இல்லை... அம்மாதான்...

சபா : ரெண்டு பேரும் பேசாம இருங்க... என்னடி நினைச்சுண்டுருக்க மனசுல நீ... நானும் பாக்க றேன் உனக்கு திமிரு ஜாஸ்தியா போயிடுத்து! உங்க ரெண்டுபேர் சண்டையில 48 ரூபாய் 35 பைசா...

ரகு : 65 பைசா...

சபா : ம்... 48 ரூபாய் 65 பைசா மருந்து காலி... இப்படி தலைக்கு தலை ரெண்டு பேரும் சண்டை போட்டா இவன் கதி என்னடி ஆறது...

மங் : ஏன்னா...

சபா : நீ வாயை பொத்திண்டு பேசாம இரு... இதுக்கு ஒரு முடிவு கட்டியாகணும்... இப்ப நீங்க ரெண்டு பேரும் ஒத்துப் போறேளா இல்லையா... தோ பாரும்மா ஜானகி, உனக்கு சொல்றேன், ஆம் பிளைன்னா அப்படி இப்படித்தான் இருப்பான்... ஒரேடியா உன் இஷ்டத்துக்கு அவனை வளைக்கக் கூடாது... ஒடிஞ்சு போயிடுவான்...

ரகு : Infact நீங்க ரெண்டு பேரும் என்னை விட்டு போனதால சரியான சாப்பாடு இல்ல - அதான் இப்படி அல்சர்ல கொணாந்து விட்டுருக்கு... இதுக்கெல்லாம் காரணம் நீங்கதான்...

கை : சும்மா இருடா... அவா ரெண்டு பேரும் போகணும்- நீ தனியா ஜாலியா இருக்கணும்னுதானே உன் Plan?

ஜானகி : ஏன்னா... அப்படியா உங்களுக்கு எண்ணம்...

கை : ஆமாம் ஜானகி... இவனுக்கு என்ன தெரியுமா? நீ அப்படி இரு இப்படி இருன்னு சொன்னது புடிக்கலை... அதுக்காகத்தான் அம்மாவை வர வழைச்சான்... ஏன்... அவா வந்தா மாமியார் மாட்டுப்பொண் தகராறு இருக்கும்... அதுல தான் ஹாய்யா இருக்கலாமுன்னு பார்த்தான்...

மங் : அடப்பாவி... ஒத்துமையா இருந்த எங்களை பிரிக்க பாத்தியா...

ரகு : நானா பிரிச்சேன், நீங்களாதான் சண்டை போட் டுண்டு பிரிஞ்சேள்...

ஜானகி : எங்களுக்குள்ள ஆயிரம் இருக்கும்... பாருங்கம்மா இவர் Ideaவை...

மங் : ஜானகி, இவன் இருக்கானே சின்ன வயசுலேந்து இப்படித்தான் ஏதானா விஷமம் பண்ணித் தன் காரியத்தை சாதிக்க பாப்பான்...

ஜானகி : ஏம்மா, அப்படி நான் என்ன சொல்லிட்டேன்... காத்தால சோம்பேறியாட்டம் தூங்காம சீக்கிரமா எழுந்து ஆபீசுக்கு ஒழுங்கா போகச் சொன்னேன்... இது தப்பா...

மங் : இவ சொல்றதுல என்னடா தப்பு...

ஜானகி : பத்து வருஷமா குமாஸ்தாவாவே குப்பை கொட்ட றேளே... Officer Exam பாஸ் பண்ணி Officer ஆயிடுங்கோன்னேன் - இது தப்பா?

மங் : இதிலே என்னடா தப்பு? ஏண்டா... இப்படியே எத்தனை நாள்டா இருப்பே... நாளைக்கே உனக்கு ஒரு பையன் பொறந்தா அவனை படிக்க வச்சு ஆளாக்க வேணாம்... பொறுப்பில்லாம இருக்கியே...

ஜானகி : அம்மா, ஒரு நிமிஷம், நீங்க பையன்ன உடனே ஞாபகம் வந்தது...

மங் : என்னம்மா ஜானகி...

(ஜானகி காதோடு ஏதோ சொல்கிறாள்)

ஏன்னா இங்க வாங்கோ...

சபா : என்ன...

(மங்களம் காதோடு ஏதோ சொல்கிறாள்)

அப்படியா... வெரிகுட்... கைலாசம், இங்க வாயேன்...

கை : என்ன சார்...

(சபாபதி கைலாசத்தின் காதோடு ஏதோ சொல்கிறார்)

ரகு : என்னடாது Suddenஆ Climate எனக்கு எதிரா Change ஆயிடுத்து... அது அதுங்க ஒத்துப்போய் என்னை தனியா விட்டுடுத்துங்க.

கை : ரகுபதி congrats, கையை குடு... நீ father ஆக போறியாமே...

ரகு : பாதிரியாராவா...

கை : பய அழுத்தம்...

சபா : ரகு... ஜானகிக்கு இது ரெண்டாவது மாசமாம்...

மங் : தோ பாரு ஜானகி, நான் சொல்றபடிதான் நடக்கும்.

ஜானகி : இல்லேம்மா, நான் சொல்றபடிதான் நடக்கும்.

மங் : வா! ரகுவையே கேக்கலாம்.

ரகு : சீ... கைலாசம்... இது செல்ல fight... இந்த சண்டை பரவாயில்லப்பா...

(திரை)

சுபம்

மங்களம்

சோ

எழுதிய நூல்கள்...

- மஹாபாரதம் பேசுகிறது - பாகம் 1 & 2
- வால்மீகி ராமாயணம் - பாகம் 1 & 2
- இந்து தர்மம்
- எங்கே பிராமணன் ?
- Essence of Dharma - 1
- Essence of Dharma - 2
- ஹிந்து மஹா சமுத்திரம் - 1
- ஹிந்து மஹா சமுத்திரம் - 2
- ஹிந்து மஹா சமுத்திரம் - 3
- ஹிந்து மஹா சமுத்திரம் - 4
- ஹிந்து மஹா சமுத்திரம் - 5
- ஹிந்து மஹா சமுத்திரம் - 6
- வெறுக்கத்தக்கதா பிராமணீயம் ?
- அன்றைய வேதங்கள் முதல் இன்றைய - வியவஹாரங்கள் வரை (தர்மத்தின் ஸாரம்)
- எது தர்மம் ?
- என்று தணியும் இந்த சுதந்திர தாகம்
- இன்பக் கனா ஒன்று கண்டேன்
- இறைவன் இறந்து விட்டானா ?
- இரவில் சென்னை !
- ஜட்ஜ்மெண்ட் ரிசர்வ்டு
- மனம் ஒரு குரங்கு
- முகமது பின் துக்ளக்
- நேர்மை உறங்கும் நேரம்
- சாதல் இல்லையேல் காதல் !
- சாத்திரம் சொன்னதில்லை
- சம்பவாமி யுகே ! யுகே !
- சரஸ்வதியின் சபதம்
- சட்டம் தலை குனியட்டும்
- உண்மையே உன் விலை என்ன ?
- உறவுகள் இல்லையடி பாப்பா
- யாருக்கும் வெட்கமில்லை !
- ஏன் கூடாது ?
- எங்கே போகிறாய் ?
- எதற்காக ?
- அதிகப் பிரசங்கம்
- இந்தியா எங்கே போகிறது ?
- இவர்களைத் தெரிந்து கொள்ளுங்கள்
- கூவம் நதிக் கரையினிலே! - 1
- கூவம் நதிக் கரையினிலே! - 2
- கூவம் நதிக் கரையினிலே! - 3
- மை டியர் பிரும்மதேவா
- புரட்சி கீதை
- சர்க்கார் புகுந்த வீடு
- நம்மை நாம் அறிவோம்
- அரசியல் ராமாயணம் (சித்திரக் கதை)
- துக்ளக் ராசி - பலன்
- சிரிப்பு வருகிறது ! உஷார் !
- ஒண்ணரைப் பக்க நாளேடு - பாகம் - 1
- ஒண்ணரைப் பக்க நாளேடு - பாகம் - 2
- ஒண்ணரைப் பக்க நாளேடு - பாகம் - 3
- ஒண்ணரைப் பக்க நாளேடு - பாகம் - 4
- ஒண்ணரைப் பக்க நாளேடு - பாகம் - 5
- ஜக்குவின் நீதி சாஸ்திரம்
- ஜக்குவின் கணிப்பு
- இதுதான் என் வழக்கு !
- டியர் மிஸ்டர் வாசகரே !
- இவர்கள் சொல்கிறார்கள்
- சோ - வீரமணி பேட்டி
- இவர்களைச் சந்தித்தேன் (பேட்டிகள்) - 1
- இவர்களைச் சந்தித்தேன் (பேட்டிகள்) - 2
- இவர்களைச் சந்தித்தேன் (பேட்டிகள்) - 3
- அனுபவங்களும் அபிப்பிராயங்களும்
- பத்திரிகைகள் பலவிதம்...
- அரட்டை சங்கம்
- துக்ளக் வாழ்கிறார்
- எனக்குத் தெரிந்த நியாயம் சொல்கிறேன்
- நினைத்தேன் எழுதுகிறேன்
- அதிர்ஷ்டம் தந்த அனுபவங்கள்
- காமராஜை சந்தித்தேன்
- திரையுலகைத் திரும்பிப் பார்க்கிறேன்
- ராஜ்ய சபையில் சோ
- எமர்ஜென்ஸி
- இன்று நாளை என்னுடைய நிலைகள்...
- தடை செய்யப்பட்ட துக்ளக்
- முஸ்லிம் லீக் - ஆர்.எஸ்.எஸ். சந்திப்பு
- சட்டம் என்ன சொல்கிறது?
- தமிழக அரசியல் கட்சிகள்
- மதச்சார்பின்மை + செக்யூலரிஸம் = ?
- ஸ்திதப்பிரக்ஞன்
- நமது தலைநகரம் மாஸ்கோ !
- துக்ளக் படமெடுக்கிறார்
- துக்ளக் ஆண்டு விழா - 1
- துக்ளக் ஆண்டு விழா - 2
- வந்தேமாதரம்
- வாஷிங்டனில் நல்லதம்பி
- யாரோ இவர் யாரோ ?
- யார் பெறுவார் இந்த அரியாசனம் ?
- அடுத்த ஆட்சி நமதே !
- தேர்(தல்) திருவிழா
- திக்குத் தெரியாத நாட்டில்

தேவன் எழுதிய நூல்கள்...

- ஐந்து நாடுகளில் அறுபது நாள் - 1
- ஐந்து நாடுகளில் அறுபது நாள் - 2
- ஐந்து நாடுகளில் அறுபது நாள் - 3
- அப்பளக் கச்சேரி
- ஸி.ஐ.டி. சந்துரு - 1
- ஸி.ஐ.டி. சந்துரு - 2
- சின்னஞ்சிறு கதைகள்
- கோமதியின் காதலன்
- ஜாங்கிரி சுந்தரம்
- ஜஸ்டிஸ் ஜகந்நாதன் - 1
- ஜஸ்டிஸ் ஜகந்நாதன் - 2
- கல்யாணி
- லக்ஷ்மி கடாக்ஷம் - 1
- லக்ஷ்மி கடாக்ஷம் - 2
- லக்ஷ்மி கடாக்ஷம் - 3
- மாலதி
- மல்லாரி ராவ் கதைகள்
- மனித சுபாவம்
- மிஸ் ஜானகி
- மைதிலி
- மிஸ்டர் வேதாந்தம் - 1
- மிஸ்டர் வேதாந்தம் - 2
- பல்லிசாமியின் துப்பு
- போக்கிரி மாமா
- ராஜத்தின் மனோரதம்
- ரங்கூன் பெரியப்பா
- சீனுப் பயல்
- ஸ்ரீமான் சுதர்ஸனம்
- துப்பறியும் சாம்பு - 1
- துப்பறியும் சாம்பு - 2
- ஏன் இந்த அசட்டுத்தனம் !
- ராஜியின் பிள்ளை
- நடந்தது நடந்தபடியே !
- பார்வதியின் சங்கல்பம்
- விச்சுவுக்குக் கடிதங்கள்
- பெயர் போன புளுகுகள்
- சொன்னபடி கேளுங்கள்
- கமலம் சொல்கிறாள்
- ராஜாமணியைக் காணோமே

எஸ். வி. வி. எழுதிய நூல்கள்...

- பொம்மி
- செல்லாத ரூபாய்
- தீபாவளிக் கதைகள்
- கோபாலன் ஐ.சி.எஸ்.
- புது மாட்டுப்பெண்
- ராஜாமணி
- சபாஷ் ! பார்வதி !
- சௌந்தரம்மாள்
- உல்லாச வேளை
- வாழ்க்கையே வாழ்க்கை
- ராமமூர்த்தி
- ரமணியின் தாயார்
- சம்பத்து
- வசந்தன்
- சிவராமன்
- At a Dinner
- Holiday Trip
- More Soap Bubbles
- Mosquitoes At Mambalam
- Much Daughtered
- Soap Bubbles
- The Marriage
- Thirty Years a Lawyer
- Chaff and Grain

மெரீனா எழுதிய நூல்கள்...

- நாத்தனார் கலகம்
- மாமனார் சரணாகதி
- ஸ்கைலாப் சம்பந்தி
- ஸ்வீகாரம்
- 61 வயதினிலே
- காதலென்ன கத்திரிக்காயா ?
- தனிக் குடித்தனம்
- சாந்தி நீ எங்கே ?
- கால் கட்டு
- சாமியாரின் மாமியார்
- மாப்பிள்ளை முறுக்கு
- அடாவடி அம்மாக்கண்ணு
- எங்கம்மா
- அப்பா ஒரு அப்பாவி
- நேர்மை
- நாடகம் போட்டுப் பார்
- ஊர் வம்பு
- கல்யாண மார்க்கெட்
- வடபழனியில் வால்மீகி
- மாமியார் மெச்சிய மாப்பிள்ளை
- சீதா கல்யாணம்
- சின்ன வயதினிலே

www.ingramcontent.com/pod-product-compliance
Lightning Source LLC
LaVergne TN
LVHW040755051026
849519LV00007BA/2554
9789363589629